వరవిక్రయము

కాళ్ళకూరి నారాయణరావు

విషయ సూచిక

జీవిత సంగ్రహము	3
రెండు మాటలు	4
కోరికల చిట్టా అగ్రిమెంటు	5
పాత్రలు	6
నాంది, ప్రస్తావన	7
ప్రథమాంకము	9
ద్వితీయాంకము	24
తృతీయాంకము	34
చతుర్థాంకము	42
పంచమాంకము	54
షష్ఠాంకము	59
సప్తమాంకము	68
అష్టమాంకము	76
నవమాంకము	82
దశమాంకము	88

2

జీవిత సంగ్రహము

శ్రీకాళ్ళకూరి నారాయణరావుగారు 28-4-1871న పశ్చిమగోదావరి జిల్లా మచ్చపురిలో పండిత కుటుంబంలో జన్మించారు. వీరు కవి, నాటకకర్త, కథ, నవల, చరిత్రలు, వ్యాసాలు మొదలగు సాహితీరంగములో అన్ని కోణాలను దర్శించి; 7 నాటకాలు, 13 ప్రహసనాలు, ఒక నవల, 3 కథలు, 3 విమర్శ గ్రంథాలు, 3 చరిత్రకు సంబంధించిన రచనలు, 11 వ్యాసరచనలు, 5 గ్రంథ విమర్శలు, 10 కవితలు, 2 చిత్ర కావ్యములు మొదలగు 58 గ్రంథాలు రచించారు.

నారాయణరావుగారిపై వీరేశలింగంగారి ప్రభావం ఎక్కువగా వుంది. వీరు మహాకవులు, మహాపండితులు కొప్పరపు కవుల శిష్యులు, సంఘసంస్కర్త, బ్రహ్మసమాజికులు, నైతిక సంపత్తిగల శ్రీ రఘుపతి వెంకటరత్నం నాయుడుగారికి సహచరులు కూడాను.

నారాయణరావుగారి సోదరి బాలవితంతువు. ఆమెకు పునర్వివాహం చేయాలనే పట్టుదలతో తండ్రితో ఘర్షణపడి ఇంటి నుంచి బయటకు వచ్చారు. ఆ రోజులలోనే కట్నకానుకలు లేకుండా వర్ణాంతర వివాహం చేసుకున్న గొప్ప సంఘసంస్కర్త.

వీరు నాటక రచయితే కాక మంచి నటుడు. టంగుటూరు ప్రకాశం పంతులుగారు దమయంతి పాత్ర వేస్తే, ఈయన నల, బాహుక వేషాలు వేసి ప్రజల మన్ననలు పొందారు. ఈయనకు ఫోటోగ్రఫీ, ఆయుర్వేదం, యోగాభ్యాసంలో మంచి ప్రవేశం వుంది. అంతేగాక మంచి గజ ఈతగాడు. గోదావరిని ఈవల నుంచి ఆవలకు ఈదిన ప్రముఖులు.

అధ్యాపకులుగా, వైద్యులుగా పత్రికా సంపాదకులుగా, పట్టాలేని ప్లీడరుగా, అన్నిటా పేరు ప్రఖ్యాతులు సంపాదించారు. ఎన్నో అష్టావధానాలు, శతావధానాలు చేశారు.

సంఘంలో జరిగే దురాచారాల మీద వరవిక్రయము, చింతామణి, మధుసేవ వంటి నాటకాలు రచించారు. అవి ఎంతో ప్రజల మన్ననలు పొంది ప్రసిద్ధికెక్కాయి. వీరి ప్రథమ రచన "లుబ్ధాగ్రేసర చక్రవర్తి" ప్రహసనము; చివరి రచన "సంసారనటన". వీరు 27-6-1927న నిర్యాణము చెందారు.

రెండు మాటలు

తెలుగు సాహితీ వనంలో వెల్లివిరిసి, సంఘంలో నెలకొని వున్న చెడును, సాంఘిక దురాచారాలను రూపుమాపడానికి సాహిత్య సేవతో కలంపట్టి ఉద్యమించిన గురజాడ, కందుకూరిల కోవలో కాళ్ళకూరి నారాయణరావు ఒకరు;

సంఘంలో వేళ్ళూనుకుపోయిన వరకట్న పిశాచాన్ని పారద్రోలాలనే తపనతో- అవనిలో ఆడదానిగా పుట్టుటే తను చేసుకున్న పాపమా! అని ఏ స్త్రీ హృదయమూ ఆక్రోశించకూడదని ఆశించి; ఆడపిల్ల పెళ్ళి విషయంలో మొగ పెళ్ళివారి ఆశలు, ఆగడాలు-ఆడపెళ్ళివారి అవస్థలు కనులకు కట్టినట్టు సజీవపాత్రల జీవన చిత్రణము వరవిక్రయము.

సాహితీ సంద్రాన్ని మథించి పలుప్రక్రియలలో యాబది ఎనిమిది ఆణిముత్యాలతో తెలుగు తల్లికి నీరాజనాలర్పించిన శ్రీ కాళ్ళకూరి నారాయణరావుగారి రచనలలో స్వాతిముత్య మీ వరవిక్రయము.

రజస్వలానంతరం ఆడపిల్లలకు పెండ్లికావడం దుర్లభం. కారణము సంఘం ఆ కుటుంబాన్ని వెలివేస్తుంది. మరి యుక్త వయస్సు రాకుండానే పెండ్లి చేయాలి? 10 సంవత్సరాలు నిండగానే పెండ్లి, పెండ్లి అంటూ తల్లి తపన, తండ్రి ఆరాటం, కాళ్ళు అరిగేటట్లు తిరగటం, సంతలో సరుకులా పెండ్లి కొడుకుల తండ్రులు పెండ్లి కొడుకులను వేలం పెట్టగా, ఉన్న ఆస్తి సర్వస్వం తెగనమ్మి పెండ్లి కొడుకుల దండ్రుల యదాన కొట్టడం. ఆపైన అలో లక్ష్మణా అంటూ, ఎందుకు కన్నాముూరా ఆడపిల్లలనే ఆ తల్లిదండ్రుల ఆవేదన. యిదీ వరస--

కోరికల చిట్టా అగ్రిమెంటు

పెండ్లికొడుకు తండ్రి వ్రాసియిచ్చిన అగ్రిమెంటు:- బ్రహ్మశ్రీ పుణ్యమూర్తుల పురుషోత్తమరావు పంతులుగారికి సింగరాజు లింగరాజు వ్రాసియిచ్చిన రశీదు. మీ కుమార్తె చి||సౌ|| కాళిందిని నా కొమారుడు చి|| బసవరాజునకు చేసికొనుటకు అందులకై మీరు మాకు కట్నము క్రింద నైదువేల రూపాయల రొక్కమును (చిక్కిన నేటి రూపాయలు లక్ష), రవ్వల యుంగరము, వెండి చెంబులు, వెండి కంచము, వెండి పావకోళ్ళు, పట్టు తాబితాలు, వియ్యపురాలు వియ్యంకుల లాంఛనలములు యథావిధిగా నిచ్చుటకును. ప్రతిపూట బెండ్లివారిని బ్యాండుతోఁ బిలుచుటకును, రాక పోకలకు బండ్లు, రాత్రిలు దివిటీలు సేర్పాటు చేయుటకును, రెండుసారులు పిండి వంటలతో భోజనములు, మూడుసార్లు కాఫీ, ఉప్మా, ఇడ్డెనులు, దోశె రవ్వలడ్డు, కాజా, మైసూరు పాకాలతో ఫలహారములు మా ఇష్టానుసారము అయిదు దినములు మమ్ము గౌరవించుటకు, అంపకాలనాడు మాకు పట్టుబట్టలను, మాతో వచ్చువారికి ఉప్పాడ బట్టలు ఇచ్చుటకును నిర్ణయించుకొని బజానాక్రింద 10 రూపాయలు ఇచ్చినారు గాన ముట్టినది.

--సింగరాజు లింగరాజు వ్రాలు.

పాత్రలు

1. పురుషోత్తమరావు -- పెండ్లి కుమార్తెల తండ్రి
2. భ్రమరాంబ -- పెండ్లికుమార్తెల తల్లి
3. సింగరాజులింగరాజు -- పెండ్లికుమారుని పెంపుడు తండ్రి
4. సుభద్ర -- సింగరాజులింగరాజు భార్య
5. కాళింది మొదటి పెండ్లి కుమార్తె |
6. కమల మొదటి పెండ్లి కుమార్తె | అక్కాచెల్లెండ్రు
7. బసవరాజు -- పెండ్లి కుమారుడు
8. పెండ్లిండ్ల పేరయ్య | దళారీలు
9. వివాహాల వీరయ్య |
10. న్యాయాధిపతి
11. ఘంటయ్య -- సింగరాజు లింగరాజుగారి వంటబ్రాహ్మఁడు

నాంది, ప్రస్తావన

భూరివరిష్ఠమై, విబుధ - పుంగవ మంగళ వాక్సమృద్ధమై,

చారుతరాప్సరోనటన - సంభృతమై, సవినోదమై, యహం

కార వికార దూరమయి - గర్వితరోభయశుల్క శూన్యమౌ

గౌరి వివాహసంస్మరణ - కల్గఁజేసెడుఁ గాక! భద్రముల్.

ప్రస్తావన

సూత్ర:-(ప్రవేశించి) ఓహో! యేమి యీ సభాసమ్మర్దము! ఆ మహాకవి కావ్యము లనఁగానే యభిజ్ఞుల కేమి యాదరము! (పరిక్రమించి) ఓ సభాస్తారులారా! వర్తమాన వరశుల్క దుర్నయ దూరీకరణమునకై బుద్ధిరాజు వీరభద్ర రాయామాత్యులవారి కంకితముగా, మహాకవి కాళ్లకూరి నారాయణరావు గారిచే రచింపఁబడిన వరవిక్రయ రూపకమును విలోకించు నిమిత్తము విచ్చేసిన మీయెడ నే నత్యంతముఁ గృతజ్ఞుఁడను, ఏమనుచున్నారు?

గీ."కవి ప్రసిద్ధుఁడు; కావ్యమా - కాలవిహిత

మైనయది; మీరలా భర-తాగమమునఁ

జతురు; లటుగాన, మీ ప్రద-ర్శనము కొఱకుఁ

ద్వరబడుచు నున్నవార మెం-తయును మదిని."

అనియా?- చిత్తము చిత్తము- ఇదిగో యిప్పుడే యుపక్రమించెదము.

(తెరవంకఁ జూచి) ఓసీ! ఓసీ! యెక్కడ! ఒక్కసారి యిటురమ్మ్మ.

నటి:-(ప్రవేశించి) ఏమా యధికారము! కొని పాఱవైచినట్లె గొంతు చించుకొనుచున్నారే? సూత్ర:-ఓసి దెష్టా! కొని గాక నిన్నుఁ గోసికొని వచ్చితి నఁటే? నీ తండ్రికిచ్చిన వేయిరూపాయల రొక్కము - నీకుఁబెట్టిన వేయిరూపాయల నగలు - ఏ గంగలోఁ గలిసినవి?

నటి:-మీ సొమ్ములు మీకుఁ దిరుగ నిచ్చివేసిన నాకు విడియాకు లిచ్చెదరా?

సూత్ర:-ఆసి నీబొడ్డుపొక్క! యిది అమెరికాదేశ మనుకొంటివా యేమి! కాదుకాదు- ఆర్యావర్తము. అబ్బో! ఆ యాట లిక్కడ సాగవు! బొందు మెడఁగట్టినచో, బొందిలోఁ బ్రాణముండువఱకును బందెగొడ్డువలెఁ బడి యుండవలసినదే.

నటి:-అట్లయిన నాసంగతి రేపాఁడంగుల సభలో నాలోచించెదము. కాని- యిప్పుడు నన్నుఁ బిలిచినపని యేమో సెలవిండు.సూత్ర:-పాత్రములను సిద్ధపఱిచితివా?

నటి:-సిద్ధపఱచుటయే గాదు- శీఘ్రముగఁ బ్రవేశింపవలసిన దని చెప్పికూడ వచ్చినాను.

సూత్ర:-అట్లయిన, వారింకను నాలసించుచున్నా రేమి?నటి:-మీ చెవులలోఁ జెట్లు మొలచినవా యేమి! ఆ చరకాగానము వినబడుట లేదా?

(తెరలో:-)చరకా ప్రభావం బెవ్వరి కెఱుక! జగతిలోన మన చరకా॥ సిరులతోడఁ దులఁదూగుచున్న యల- సీమజాతి చూచుచున్న దేమఱక, చరకా॥

సూత్ర:-ఔనే! అవిగో - భ్రమరాంబా, కాళిందీ, కమలా పాత్రములు చరకాగానముతోఁ బ్రవేశించుచున్నవి. మనము పోయి పయిపని చూతము రమ్ము. (ఇద్దరు నిష్క్రమింతురు)

ఇది ప్రస్తావన.

ప్రథమాంకము

ప్రదేశము: పురుషోత్తమరావుగారి లోపలి చావడి.

ప్రవేశము: పంటెను నూలు చుట్టుచు భ్రమరాంబ,

(చరకాగానముతో నూలు వడకుచు కాళింది, కమల.)

కాళింది, కమల:-(మోహనరాగము - ఆది తాళము.)

చరకా ప్రభావం బెవ్వరి కెఱుక! జగతిలోన మనచరకా॥

సిరులతోడఁ దులఁదూగుచున్న యల-

సీమజాతి చూచుచున్న దేమఱక.చరకా॥

చ. సాలున కిరువదికోట్ల రూప్యములు - సంపాదించెడు వారికె గాక

మేలి చేతిపనులు మాపుకొని - మేటి బానిసలమైన వెనుక,చరకా॥

పాటవమగు సామ్రాజ్యముఁ గూర్చున్ - పరిమితి లేని ధనంబును

జేర్చున్ కాటక రాకాసిని బరిమార్చున్ సాటిలేని యొక జాతి నొనర్చెన్.

చరకా॥కాళింది:-అమ్మా! అదేమే - చేతిలోని నూలు చేతిలోనే యున్నది!భ్రమ:-ఈ పూఁట నా దృష్టి యీపని మీఁద లేదే! మీ నాయనగారు మిల్లెగరిటెఁడు కాఫీనీళ్లు గొంతులోఁబోసికొని, ప్రొద్దున బోయినపోక - యింతవఱ కింటికి రాలేదు! పండ్రెండు కొట్టి పావుగంట యైనది! ఎక్కడికి వెళ్లినారో యేమి పనిమీఁద నున్నారో తెలియదు!కమ:-నాయనగారి కిప్పు డింకేమి పని యున్నది? - అహర్నిశలు అల్లురను వెదకుటక్రింద సరిపడుచున్నవి.భ్రమ:-అమ్మా! యేమి చేయు మనెదవు - ఆఁడుపిల్లలం గన్నవారి యవస్థ యిప్పు డీస్థితికి వచ్చినది!

గీ.కన్య నొక్కరి కొసఁగి స-ద్గతులు గాంతు

మనుచు సంతోషపడు కాల - మంతరించి,

కట్నములు వోయఁ జాలక - కన్య నేల

కంటిమా యని వ్యథపడు - కాల మొదవె!

కమ:-అట్లే కాని ఆఁడుబిడ్డల తల్లి వ్యథకు మాత్రము అర్థములేదమ్మా ఏమందువా?

గీ.కార్య మగుదాఁక నయ్యయో! - కాకపోయె
ననుచుఁ దపియించు రేపవ - లాత్మలోన;
కార్యమగునంత బిడ్డ నె-క్కరణి విడిచి
యుండనోపుదు నని దిగు-లొందు మదిని.

కాళింది:-హుష్! ఊరకుండుము! అదిగో చెప్పుల చప్పుడు - నాయనగారు వచ్చుచున్నారు.పురు:-(ఆయాసముతోఁ బ్రవేశించి) ఔరా! యేమి విపరీతకాల మాసన్న మైనది.

మ.చెడెధర్మంబు నశించెనీతి! హరియిం-చెం బూర్వమర్యాద! లం
గడిఁ గూరాకు విధాన, పేలమునఁ జో-క్కా టోపీ పాగాల కై
వడి సంతం బశువట్లు పెండ్లికొడుకున్ - వ్యాపార మార్గంబునం
బడయంగావలె ద్రవ్యముం గురిసి దై-వం బైన నేఁ డిమ్మహిన్.

ఇంతకన్న ఘోర మింకేమున్నది?

మ.పనిలే దంట కులంబుతోఁ, బడుచు రూ-పజ్ఞాన సంపత్తితోఁ!
బని లేదంట ప్రతిష్ఠతోఁ, బరువుతో - బంధుప్రమేయంబుతోఁ!
గనకంబున్, మృదులాంబరంబులును శు-ల్కంబు న్సమర్పించి, లాం
ఛనముల్ దండిగ ముట్టఁజెప్పుటె యప-శ్యంబంట సంబంధికిన్!

(అని యనుకొనుచు ముందునకు నడుచును.) భ్రమ:-(లేచి) ఇదేమి నేఁ డింతసే పున్నారు! భోజనమునకుఁ బ్రొద్దు పోలేదా?పురు:-పెట్టిదానా! యెక్కడి భోజనము! - ఎక్కడి లోకము?

<poem> సీ.కంటను బడు మశ-కంబు చందంబున

నరములపై లేచు - కురుపు పోల్కి

తద్దయుఁ గదిలిన - దంతంబు చాట్పున
    మారువాడీ యప్పు - మాదిరిగను
పలుసందునం జిక్కు - పడిన పీచు విధాన

బెట్ట చెప్పులలోని - బెడ్డ పగిది
కుత్తుకం బడు నాకు - కుట్టు పుల్లం బలె
పుట్టంబుఁ జొచ్చిన - పూతిక గతి

ప్రతినిమేషము బిడ్డల - పరిణయంపుఁ
జింత వేధించునపు డన్య - చింత యేడ!
యీడువచ్చిన కన్నియ - లింటఁ గలుగు
తండ్రి దురవస్థ తెలియును - దైవమునకె!

భ్రమ:-ఇంతకు నిప్పుడు చేసికొనివచ్చిన పని యేమిటి?పురు:-కాళ్ళరుగునట్లు కాలేజి యంతయుఁ గలయఁ దిరుగుటకంటెఁ జేసినపని చిన్న మెత్తు లేదు!భ్రమ:-కాలేజి యంతటిలోఁ బెండ్లికావలసిన పిల్లకాయ లెవ్వరును గానుపింపనే లేదా?పురు:-కానిపింప కేమీ - కావలసినంతమంది యున్నారు. కాని యేమి లాభము - గవ్వకుఁ గొఱగానివాఁడు గూడ కాసుల వెలలో నున్నాడు! ఒక్కటే లెక్క - స్కూలు ఫయినలు వానికి రెండువేలు - ఇంటరు వానికి మూడు- బియ్యే వానికి నాలుగు! ఆస్తి యేమయిన నున్నచో నంతకు రెట్టింపు! ఈవిధముగా రైలు తరగతులకువలె రేట్లేరుపడి యున్నవి! ఆ పయిని - <poem> సీ.నీటైన యింగ్లీషు - మోటారు సైకిలు

కొనిపెట్టవలె నను - కూళ యొకఁడు

రిష్టువాచియుఁ, గోల్డు - రింగును, బూట్సును
సూట్లుఁ గావలె నను - శుంఠ యొకఁడు
బియ్యేబియెల్ వఱ - కయ్యెడి కర్చు భ
రింపవలె నను ద-రిద్రుఁ డొకఁడు
భార్యతోడను జెన్న-పట్టణంబున నుంచి
చదివింపవలె నను - చవట యొకఁడు

సీమచదువు చాల - సింపిలు న న్నట
కంపవలయు ననెడి - యజ్ఞుఁ డొకఁడు
ఇట్లు కొసరుక్రింద - నిష్టార్థములు వరుల్
దెలుపుచున్నవారు - తెల్లముగను!

భ్రమ:-వారివారి వర్తనాదికము లెట్టివి?పురు:-ఆ సంగతి నీ వడుగ నక్కఱయు లేదు - నేను జెప్పనక్కఱయు లేదు!

సీ.పంచాది క్రాపింగు, - ప్రక్కపాపిడి, జులు
    లేనివాఁడు ధరిత్రి - లేనిఁవాడు
కాఫీ హోటళ్ళును, - కాతాలు, బిల్లులు
    లేనివాఁడు ధరిత్రి - లేనిఁవాడు
సిగరెట్లు బీడీలు - చెక్కిటి ఖిల్లీలు
    లేనివాఁడు ధరిత్రి - లేనిఁవాడు
చలువ యద్దములు, సై-కిలుకట్టు పెడగోచి
    లేనివాఁడు ధరిత్రి - లేనిఁవాడు

తనదు తలమించినట్టి వృ-థావ్యయంబు
లేనివాఁడు ధరిత్రి - లేనిఁవాడు
ఇట్టులున్నారు విద్యార్థు - లిప్పు డక్క
డక్క డొకరిద్ద ఱెవ్వరో - దక్క సుదతి!

భ్రమ:-వారి తలిదండ్రు లీపాటికి వారిచేత చదువులకు స్వస్తి యేల చెప్పింపరో!

పురు:-పెట్టీదానా! ప్రస్తుతము చాలమంది బాలురను పాఠశాలల కంపుట - విరివిగా గట్నములు లాగుటఁకుఁగాని విద్యకొఱకుఁ గాదు. అందువలన మనువు కుదిరిన మఱునాడు కాని మానిపింపఁ దలంపరు

.భ్రమ:-అట్లయిన నా చూపుడు గుట్టములతో మన కవసరములేదు. గాని - మీతోపాటు సంఘ సంస్కరణము కొఱకు సన్నద్ధులైన వా రెందఱో కలరు గదా - వారిలో నెవ్వరికిని వయస్సు వచ్చిన పిల్లకాయలు లేరా?

పురు:-లేకేమీ - యున్నారు. ఉండి యేమి లాభము? ఉపన్యాస వేదికపై నుక్కిరిబిక్కిరి చేసుకొనుటయే కాని - పని వచ్చినప్పుడు పట్టుదల సున్న! బాల్య వివాహము లన్నఁ బటబట పండ్లుకొఱకు బాపిరాజుగా రేమిచేసినారో విన్నావా?- అభము శుభము నెఱుఁగని యాఱేండ్లపిల్లను, నలుబదియేండ్లు కడచిన నాల్గవ పెండ్లివానికి ముడిపెట్టి - అదేమన - అత్తగారి పట్టన్నారు! స్త్రీ పునర్వివాహముల కొఱకుఁ జిందులు త్రొక్కిన శివయ్యగారు బంగారు బొమ్మవంటి పదునాఱేండ్ల

చెల్లెలికి భర్త చావఁగానే, వంటలక్కను మానిపించి, వంట తప్పెల చేతికిచ్చి - అదేమన, మాయమ్మ చావనిమ్మన్నారు. శవవాహనమును గూర్చి శంఖములు పూరించు శరభయ్యగారు - ప్రక్క యింటి యిల్లాలు భర్త చచ్చి, శవవాహకులకు డబ్బిచ్చు శక్తిలేక దేవుడాఁ గోడా యని దేవులాడుచుండ వీధి తలుపునకు గొండ్లెము పైచి, విత్తెడు నైవేద్యముపట్టి, పెరటి త్రోవను పేకాటకుఁ జక్కఁబోయి - అదేమన ఆమె వచ్చి అడుగలేదన్నారు! విన్నావా?- వీరే కాదు- ఈ యూరి సంఘ సంస్కర్త లందఱు నిదే మాదిరి!

భ్రమ:-అయిన నొకసారి యాలాపించి చూడకపోయినారా?

పుర:-ఆహా! ఆ యాశకూడఁ దీర్చుకొనియే వచ్చినాను ఎవరితోఁ బ్రస్తావించిన నొక్కటియే పల్లవి - "నాకిష్టమే కాని మావాళ్లు పడనివ్వరండి" యను మాట తప్ప మాఱుమాట లేదు!

భ్రమ:-వా రన్నదియు వాస్తవమే. కట్నము లేదన్న నాఁడుది కంఠమున కురిపెట్టుకొను దినములు వచ్చి - మాట దక్కుట కవకాశము లేనప్పుడు, మాబాగని తలయూఁప వలసిన వారె కాని - మగవారు మాత్ర మేమి చేయఁగలరు!

పురు:-అదేమన్న మాట - ఆఁడుదానిమాట కింత యడుగుదాఁటలేని యధములు దేశారాధన మేమి చేయఁగలరు?

<poem> సీ.చదువులు మాని స్వే-చ్ఛగ దేశభటకు లై

నట్టివారికి లేరె - యాడుఁవారు

రాచరీవుల నెట్టి, - రాట్నముల్ చేపట్టి

నట్టివారికి లేరె - యాడుఁవారు

వృత్తులు రోసి, - సంపత్తు లర్పణచేసి

నట్టివారికి లేరె! - యాడుఁవారు

భోగముల్ వీడి, - కారాగారముల మాడి

నట్టివారికి లేరె - యాడుఁవారు

కొంద ఱీరీతి పందలై, గోడుమాలి,

మగతనము చంపుకొని, తమ మగువల కెదు

రాడ నేరక వార లే మనిన శిరము

లూఁచుచుం, గుక్కలై పడి యుంద్రు గాని!

భ్రమ:-చివర కేమి సిద్ధాంతపఱచినారు?

పురు:-అదే పాలుపోవుట లేదు. దారిలో దైవికముగా పెండ్లిండ్ల పేరయ్య యెదురుపడ - మా యింటి కొకసారి రమ్మని మఱిమఱి చెప్పిమాత్రం వచ్చినాను.

భ్రమ:-పెండ్లిండ్ల పేరయ్య యెవరు?

పురు:-ఎవరా? పెండ్లిండ్ల పేరయ్య యనియు, వివాహాల వీరయ్య యనియు నీ యూరిలో నిరువురు బ్రాహ్మణులు. ఈ చుట్టుపట్ల నేవివాహము జరిగినను వీరి చేతులపై జరుగవలెను.

భ్రమ:-సరిసరి తెలిసినది, చక్కనిపని చేసినారు. ఆయనతో నాలోచించి, అతి శీఘ్రముగాఁ గార్యములగు సాధనము చూడుఁడు. పెద్దమ్మాయికిఁ బదుమూఁడవ యేఁడు కూడ వెళ్లవచ్చినది. చిన్నమ్మాయి దానికన్న నొక యేఁడాది మాత్రమే చిన్నది. కట్నముల పట్టుదలచేత నిప్పటికే కాలహరణ మైనది. ఈ మాఘములో నిరువురకును ముడి పడకున్నచో ముప్పు వాటిల్లక మానదు. ఏ యెండ కా గొడుగు పట్టక తప్పదని నే నెంత మొత్తుకొన్నను వినిపించుకొన్నారు కారు. ఈపాటిమార్పు మీమనస్సున కిదివఱకుఁ గలిగినచో అల్లురతో నీపాటికి హాయిగా నుండెడివారము!

పురు:-పెఱ్ఱిదానా! అల్లు రనెదవేమి? అల్లురు కారు - అధికారులు! కావుననే - ఆఁడుబిడ్డలం గన్న యపరాధముక్రింద - సాగదీసి సంచుల కొలఁది జరిమానాలు వసూలు చేయుచున్నారు. కాకున్న - కాళ్లుకడిగి కన్యనిచ్చువారి కీ కట్నముల దండన యెందులకు?

గీ.అప్పొసంగినవాఁడును, అల్లుఁ, డద్దె

యింటి యజమానుఁడును, జీతమిచ్చువాఁడు,

కులవినోదియు, పన్నులు కూర్చువాఁడుఁ

బుస్తె కట్టని మగలె వో పూరుషులకు!

అందును, నల్లుర బాధ యనుభవించినవారికిగాని తెలియదు!

సీ.ముడుపులు పూర్తిగా ముట్టుదాఁకను బుస్తె

ముట్టక చేతులు ముడిచికొనును

తరువాతఁ బా న్పెక్కిఁ దాఁచఁ బెట్టినయట్లు

జిలుగు కోరికలకు సిద్ధపడును
ఆవల గర్భాధాన మనినంతనే బిఱ్ఱబి
గిసి లంచం బటఁ బెట్టు మనును
అవిగాక పండుగు లరుదెంచినపు డెల్ల
తండ్రి తద్దినము చందాన దిగును

ఇన్నియుం బుచ్చుకొని, యెన్నఁ డేని పిల్ల
నంపుమని ప్రార్థన మొనర్ప నదరిపడును;
ఆఁడపడుచుల, నల్లుర, నాటకత్తి
యల సెవండేని తనియింపఁ గలఁడె వసుధ!

పెక్కు మాట లేల;

గీ.అ ప్పిడినవాని, నధికారి నతిశయించి
యల్లు రొందించు బాధల నెల్లఁ గాంచి,
అడలి, నిజముగ హరిహరు - లంతవారు
కూఁతులం గంటయే మాను - కొన్నవారు.

భ్రమ:-మరల వెనుకటిదారిని బడి మనసు పాడు చేసికొనుచున్నారు. అమ్మయ్యో! ఇదిగో ఒంటిగంట! రండు స్నానమునకు రండు.

పురు:-స్నానము క్షణములో ముగించెదను. వడ్డన కాని మ్మని వంటలక్కతోఁ జెప్పుము. పెద్దమ్మాయి! పేరయ్య వచ్చినచోఁ గూర్చుండు మను. (అని భ్రమరాంబతో లోని కేగును.)

కాళిం:-చెల్లీ! మనవారి మాట లన్నియు వింటివి కదా - నిజముగా నీకేమి తోఁచుచున్న దే?

కమ:-(చివాలున లేచి) చెప్పుమనెదవా?

గీ.తండ్రులకుఁ గట్న బాధయుఁ - దల్లులకు వి
యోగ బాధయుఁ దమకు నిం-కొకరి యింటి

దాస్యబాధయుఁ గల దరి-ద్రపు టాఁడు
పుట్టుపే పుట్టరా దని - బుద్ధి నెంతు.

కాళిం:-(లేచి కౌఁగిలించుకొని) బళి, బళి! బాగుగాఁ జెప్పితివే!

ఉ.కట్ట! గృహంబు లమ్ముకొని - కట్నముసీయక పెండ్లికాని యీ
కట్టడి వక్రకాలమునఁ - గానల మధ్యమునందు బుట్టగాఁ
బుట్టఁగఁ జెల్లుఁ గాని యొక - భూపతి కేనియు నాఁడుబిడ్డగాఁ
బుట్టఁగ రాదు! పుట్టునెడఁ - బుట్టినయప్పుడె గిట్టఁగాఁ దగున్.

కమ:-అక్కా! ఒక్క సందేహము.

గీ.వెండినాణెంబె పెనిమిటి - వేశ్య; కటులె
కట్నములె భార్య లిప్పటి - కర్కశులకు;
వేశ్య వెలయా లనంబడె - వెలగ్రహించి,
కట్నముల చేత వెలమగల్ - కారెవీరు?

కాళిం:-కాకేమి కాని మన మిపుడు కావింపఁదగిన దేమియు లేదా?కమ:-లేకేమీ?

చ.తనువు లశాశ్వతంబులు గ-దా? క్షణభంగుర జీవితార్థమై
ధన మిడి, భర్తలం బడసి - దాస్య మొనర్చుటకంటె; బెండ్లియే
యనువుగ మానిపించుకొని, - హాయిగ రాట్నము త్రిప్పుకొంచు యో
గినులగతి న్మెలంగిన సు-ఖింపమె? తీఱదె తండ్రి దీక్షయున్?

కాళిం:-సెబాసునే చెల్లీ! వయసునకుఁ జిన్నదాన వైనను వరహాల కెత్తుకెత్తయిన మాట్లాడితివి! ఇదిగో.

గీ.నాదు ప్రతినంబు వినుము - ప్రాణముల నైన
విడిచెదం గాని, యడిగిన - విత్త మిచ్చి

వరుని గొనితెచ్చినట్టి వి-వాహమునకు
సమ్మతింప నా రాట్నము - సాక్షిగాను.

కమ:-హుష్! ఊరకుండు యెవరో వచ్చుచున్నారు.

పేర:-(ప్రవేశించి) అమ్మా! పంతులుగా రేం చేస్తున్నారు?కాళిం:-మీ పేరు?పేర:-నాపేరా? నాపే రొక విధంగా నడచి చచ్చిందా? చిన్నప్పుడు పేరడనీ, పేరగాడనీ అనేవారు. కాస్త ముదిరిన తర్వాత, పేరన్ననీ, పేరయ్యనీ అంటూ వచ్చేవారు. ఇప్పు డిప్పుడు పేరిశాస్తుర్లనీ, పేరిభొట్లనీ, పేరావధాన్లనీ, పేరిచైన్లనీ అంటున్నారు. ఇకముందే మంటారో యీశ్వరుడికే తెలియాలి.

కాళిం:-నాయనగారు భోజనము చేయుచున్నారు, అదిగో ఆకుర్చీపై గూరుచుండుడు.

పేర:-(కూర్చుండి) అయ్యో నాయిల్లు బంగారము కానూ! అప్పటినుంచి యిప్పటిదాకా భోజన మేనా! బజార్లో పంతులుగారికి కనిపించిన తర్వాత, పండా కొండయ్య యింట్లో బారసాల సంభావన పుచ్చుకొని, వీసెడు వంకాయలూ, విస్తళ్ళూ కొనుక్కుని, యిద్దరితో మాట్లాడి యింటికిపోయి, స్నానంజేసి, సంధ్యావందనం చేసుకుని, జపంచేసుకుని, దేవతార్చన చేసుకుని, భోజనంచేసి, పొడుం చేసుకుని, కాస్త మంచి శకునం కంటబడేవరకూ గడపలో నుంచొని, అయిసర బొజ్జా అని అప్పుడు చక్కా వచ్చాను. అయితే, అమ్మా! మీ రిద్దరూ, పురుషోత్తమరావు పంతులుగారి పుత్రిక లనుకుంటాను, అంతేనా? ఆఁ! అదిగో! ఆ పోలికలే చెపుతున్నాయి! అయితే, మీ పేర్లేమమ్మా!

కాళిం:-నా పేరు కాళింది, మా చెల్లి పేరు కమల.

పేర:-ఏం చదువుకుంటున్నారు?

కమ:-ఇదివఱ కింగ్లీషు, తెలుఁగు చదివెడువారము. ఇప్పుడు హిందీ, సంస్కృతము చదువుచున్నాము.

పేర:-ఓ యబ్బో! నాయిల్లు బంగార మైతే, నాలుగు భాషలే! అయితే ఆరుమోయన మేమయినా వాయిస్తారు? కమ:-(నవ్వి) హార్మోనియము కావలయును! ఆఁ వాయించగలము.

పేర:-అల్లికా, కుట్టూ - యి వేమయినా చేతవునా? ఇదుగో? యీ బ్రాహ్మ డేమిటి యిన్ని ప్రశ్నలు అడుగుతున్నా డనుకుంటారేమో, ఈ రోజులలో పెళ్లికొమార్తెలకు కావలసిన లక్షణాలివ్వే. అందుకోసం అడుగుతున్నాను. అరుగో పంతులుగారు వస్తున్నారు. చిటికెడు పొడుం పీల్చుకుని సిద్ధంగా వుంటాను. (అని యట్లు చేయును.)

పురు:-(ప్రవేశించి) ఏమీ! పేరయ్యగా రెండలోనే వచ్చినారే, రవంతసేపు పండుకొని కాని రారనుకొన్నాను. (అనుచు నింకొక కుర్చీలోఁ గూరుచుండును.)

పేర:-సరి సరి. యెంతమాట? తమ సెలవైనాక, తక్షణం చేతులు కట్టుకుని వచ్చి వాల్తాను గాని, నిద్రపోతానా!

పురు:-అమ్మాయిలను జూచినారు గదా? వీరికే యిపుడు వివాహములు కావలసియున్నది. అమ్మా! మీరిఁక భోజనమునకు వెళ్ళి మీయమ్మ నొకసారి యిటు పంపుఁడు.

కాళిం, కమల:-(లేచి నిష్క్రమింతురు.)

పేర:-తమ గోత్రమేమిటి?

పురు:-కౌశిక గోత్రము.

భ్రమ:-(ప్రవేశించును.)

పురు:-ఇరుగో! యీయనయే పేరయ్యగారు. పాపము, నామాట మీఁద పడకకూడ మాని చక్కవచ్చినారు.భ్రమ:-సంబంధము లెవ్వియైన సానుకూలపడు నన్నారా?

పేర:-అమ్మా! సంబంధాల కేమి లోటు? కో! అంటే కోటి సంబంధాలు! అయితేసరా, వేలుపెట్టి చూపడానికి వెల్తిలేని సంబంధం సందర్భపడాలి. ఏం బాబూ! ఏమంటారు?

పురు:-అంతే కాని, అసలు సంగతి మీతోఁ జెప్ప లేదు. నేను వరశుల్కము దూష్యమనే వాదములోని వాఁడను. ఈ దురాచారము మానిపింపవలెనని, యిప్పటికి ఐదేండ్ల నుండి పాటుపడుచున్న వాఁడను. ఈ కార ణములచేత నీ పిల్లలకుఁ గట్నమిచ్చి పెండ్లి సేయుట కిష్టము లేక ...

పేర:-తెలిసింది, తెలిసింది. అక్కడి కాగి, ఒక్కమాటకు సమాధానం చెప్పండి. పదేళ్ళనుంచి పాటుపడుతున్నారు గదా? యిప్పటి కొక్కరిచేత నయినా మానిపించ గలిగారా? వట్టిది బాబూ! వట్టిది! మచ్చుకైనా మానేవా రుండరు. వేలెడు కుఱ్ఱవాడు కనబడితే వేలకు వేలు వేలం పాడేటప్పుడు, వెఱ్ఱా, పిచ్చా, మానడానికి. ఇంత యెందుకూ? ఇదివఱకు కోర్టులో, ఇంత ఇన్‌కమ్‌టాక్సు ఇస్తున్నా మంటే ఘరానా. ఇప్పుడో - మాఅబ్బాయి కింతకట్నం యిచ్చారంటే ఘరానా! ఈలాటి స్థితిలో ఎవరు మాన్తారు! వద్దు బాబూ వద్దు! ఈ పిచ్చి మాత్రం యిక విడిచిపెట్టండి. అమలాపురంలో, వెనక, అయ్యగారి అంబయ్యగా రిల్లాగే, కట్న మివ్వనని భీష్మించి కూర్చుండేసరికి కన్య సమర్తాడి వూరుకుంది! ఆపాటున, నలుగురూ ఆంక్ష చెయ్యడం, ఆబ్రాహ్మ డాపిల్లనో బ్రహ్మసమాదిగాడి కంటగట్టడం, ఆపిల్ల కాపరానికి వెళ్లి అయిదుగురు బిడ్డలను కనడం యిన్ని జరిగాయి!

పురు:-అట్లయినఁ, గట్నములేని సంబంధము కన్నొడుచుకున్నను లభింపదన్న మాటయేనా?

పేర:-లక్ష యేళ్ళు తపస్సు చేసినా లభించదు. ఎవరైనా తేగలిగితే కుండనాలు పెట్టుకుందామని కుట్లు పెంచుకుంటూ వున్న నా చెవులు కుదుళ్ళలోకి తెగ్గోయించుకు పోతాను! ఇంతెందుకూ పెద్దపెద్ద లిప్పుడు బేరాలతో పనిలేకుండా బల్లమీద రేట్లు వ్రాయించి, బయట తగిలిస్తున్నారు. వెలగలేటివారు వేయిన్నూటపదహార్లు, రేటూరివారు రెండువేలు, ముంజులూరివారు మూడువేలు, నందరాజువారు నాలుగువేలు, అయ్యంకివారు అయిదువేలు, చింతలూరివారి చిన్నవాడు తూగినన్ని రూపాయలు ఎవరి మట్టుకు వా రీవిధంగా యేర్పాట్లు చేసుకుని కూర్చున్నారు. ముందుముందు చీట్లమీద రేట్లు వ్రాసి షాపులలో వస్తువుల కంటించినట్లు పెళ్ళికుమాళ్ళ ముఖాలకు అంటిస్తారని కూడా అనుకుంటాను!పురు:-రామరామా! రానురాను దేశ మేస్థితిలోనికి వచ్చినది?

పేర:-అయ్యా! మీరు దీనికే ఆశ్చర్యపడుతున్నారు. కట్నాల తమాషా కమ్మవారిలో చూడాలి! వారిలో నల్లబంగారమే కాని తెల్లరూపాయలు పనికేరావు. ఆ నల్లబంగారం కూడా యకరాల లెక్కపోయి పుట్లలెక్కలోనికి దిగింది. పదిపుట్ల భూమికి వచ్చినవాడు పనికిమాలినవాడే! ఈ మధ్యనో యీతమొద్దుకు యిద్దరు భార్యలుండగా ఇరవైపుట్ల భూమితో ఇంకో పిల్లను కట్టబెట్టారు! నాలుగు రోజుల క్రిందట నలభయ్యారేళ్ళ నలుగురిబిడ్డల నాలుగోపెళ్ళి పెళ్ళికొడుకుకు నలభైపుట్ల యీనాంభూమీ, నలభై వెయ్యినూటపదహార్ల రొక్కమూ, నలభైతులాల గోవతాడూ, నాలుగుతులాల చుట్లూ, నాలుగుజతల యెద్లూ, రెండు బళ్ళూ, పదివందల గజాల పాటిమన్నూ, ముప్ఫయిబళ్ళ ముక్కిన పెంటా సమర్పిస్తూ వియ్యపురాలి కాలు పాడిగేదెలూ, వియ్యంకుడి కైదుబళ్ళ గోగునారా యిస్తే, పుస్తె ముడేశాడు! విన్నారా?

గీ.బ్రాహ్మణులయింటఁ దొలుఁదొల్తఁ - బ్రభవమొంది
కోమటింటను ముద్దులు - గొనుచుఁ బెరిగి,
కమ్మవారింట పెళ్ళునఁ - గాపురంబు
సేయుచున్నది కట్నంపుఁ - జేడె నేఁడు.

బ్రమ:-సరి కాని సంబంధము లేమున్నవో చెప్పినారు కారు.

పేర:-చెపుతానమ్మా! చెపుతా, ఇద్దరికీ యీసంవత్సరమే చేయదలచుకున్నారా?

బ్రమ:-సంబంధము లమరినచో నిరువురకు నీ సంవత్సరమే చేయవలెనని యున్నది. అయినఁ గాళిందిమాట ముం దాలోచింపుఁడు.

పేర:-అలాగైతే, సంబంధాల విషయంలో మీ యభిప్రాయమేమిటో సంగ్రహంగా ముందు సెలవివ్వండి. మీకు కావలసింది: చదువా? చక్కదనమా? సంపత్తా? సంప్రదాయమా? లేక; చదువూ

సంప్రదాయమూ, సంప్రదాయమూ సంపత్తూ, సంపత్తూ చక్కదనమూ, చక్కదనమూ చదువూ, చదువూ సంపత్తూ, ఈవిధంగా వుండవలెనా?

పురు:-నాకేమో చదువు, సంప్రదాయము వీనిపై నున్నది. దానికేమో చక్కదనము, సంపత్తు వీనిపై నున్నది. మీరు మా యుభయుల కోరికలు తీఱునట్లు చూడవలెను.

పేర:-అంటే నాలుగూ వున్నవాడు కావాలన్నమాట. కాని, నాలుగూ వున్నవాణ్ని నేనుగాదు సరిగదా నన్ను పుట్టించిన బ్రహ్మదేవుఁడు కూడా తేలేడు! ఏమంటారా? వారాలు చేసుకున్న వాజెమ్మకుగాని చదు వబ్బదు; పరువొల్లని పీనాసికి కాని భాగ్యం పట్టదు! ఇట్టి స్థితిలో, నాలుగూ వున్నవాణ్ని తేవడానికి నాతరమా, నాయబ్బతరమా. భ్రమ:-అట్లయినచో, నేఁటి స్థితినిబట్టి, నేను గోరినవే ముఖ్యముగాఁ జూడ దగినవి. ఏమనెదరా? బియ్యే ప్యాసయినవా రుద్యోగములు లేక, ప్లీడరుగుమాస్తాపని కోసము పిచ్చెత్తినట్లు తిరుగుచున్నారు! ప్లీడర్లు బోణీలేక, వీసెఁడు వంకాయల ఫీజునకు విలేజి కోర్టులకు సిద్ధపడుచున్నారు! చదువుల సంగతి యీ సరణిగా నున్నది. ఇఁక సంప్రదాయము సంగతి చూచినచో అయినకుటుంబము లడుగునఁ బడినవి. కాని కుటుంబములు గణనకు వచ్చినవి! ఇంత యేల! నిత్యము మనము చూచు నిర్భాగ్యులలోఁ జాలమంది సంప్రదాయ కుటుంబములలో జన్మించిన వారే! ఏమి లాభము! సంపత్తులేని కులీనుఁడు స్మశానములోని తులసి మొక్క వంటివాఁడు! కాఁబట్టి, యీ దినములలో నింత కలిగిన సంబంధమే యాలోచింపఁ దగును.

పేర:-అమ్మా! మీమాటలు నాకు అరటిపం డొలిచి చేతిలో పెట్టినట్లున్నాయి. కాని కలిగినవారి కోసం చూస్తే కట్నం కాస్త హెచ్చు కాకమానదే? నిన్నగాక మొన్న, నీళ్ళకావిళ్ళ నీలకంఠంగాడి కొడుకుకు వెయ్యిన్నూటపదహార్లు రొక్కం, వెండి కంచం, వెండి చెంబులు, బంగారం భటువు, పట్టుతాబితా, రిస్టువాచీ, సిగరెట్లకేసూ ఇంకా యేమేమిటో వాటిపేర్లు నాకు తిన్నగా రావు. బ్యాట్టట, సెల్ఫు షేవింగు రేజరట, ప్యాకెట్టు టాయిలెట్టు బాక్సట, వ్యాసలైను సీసా అట; వల్లకాడట, యిన్నిస్తే పుస్తె ముడేశాడు. గొప్పవారిమాట చెప్పవలసిం దేముంది?

భ్రమ:-సరే కానిండు, సమయమునుబట్టి నడువక తప్పునా?

పేర:-అయితే యిం కేమీ! ఆపాటి ధైర్యమిచ్చారంటే కొండమీది కోతిని తేగలను. ఇదుగో యిప్పుడు చెపుతాను వినండి. మంత్రిప్రగడ మాధవరావుగారి పిల్లవాడికి మాన్యాలమీద రెండువేలు వస్తాయి. మాటాడమంటారా?

భ్రమ:-ఆపిల్లవానిది అడ్డతలండీ!

పేర:-అయితే పోనివ్వండి. పచ్చమట్ట బాపిరాజుగారి పిల్లవాడికి పన్నెండువందలు వస్తాయి. ప్రేమరీ పేసయ్యాడు. కుదర్చనా?

భ్రమ:-రంగు. పేర:-రంగుకేమీ రాజారంగు. అంత యెరుపూకాదు. అంత నలుపూకాదు, చక్కని చామంచాయ.

భ్రమ:-చామనచాయ యిప్పటివారికి సరిపడుట లేదండీ.

పేర:-అలాగయితే, నాదెళ్ళవారి పిల్లవాడు మీ నాడాని కాగుతాడు. పచ్చగా పనసపండు. నలుగురన్నదమ్ములు. నలుగురకూ నాలుగైదువందలు రెండు వేలువస్తాయి.

భ్రమ:-అట్టే! అయిదువంద లీదినములలో నొక యాదాయమా?

పేర:-అయితే, ముంజులూరి ముత్తయ్యగారి దత్తపుత్రుడికి మూడువేలు వస్తాయి. ముఖం చంద్రబింబాన్ని మించివుంటుంది.

భ్రమ:-అవునుగాని అతఁడు మాపిల్లలకంటె ఆఱంగుళాలు పొట్టి!

పురు:-ఓసి, నీ యెంచుబడి యేటఁ గలియా! యీవిధముగా నెంచుటకు మొదలుపెట్టినచో లోపము లేనివాఁడు లోకములో నుండునా?

పేర:-బాబూ! యింకా యేంచూశారు! ఇతర్లతో పోల్చిచూస్తే యీయమ్మ చాలా మెరుగు. ఒక్కొక్క యిల్లాలి సంగతిచూస్తే వొళ్లు మండిపోతుంది! సర్వవిధాలా నచ్చిన సంబంధమైనా వచ్చి యడిగినప్పుడు వంకలు పెట్టడం, మించిపోయాక మిడకడం!

భ్రమ:-అయ్యా! ఆఁడుపిల్లలకుఁ గావలసిన హంగులు మగవారికేమి తెలియును? ఆఁడుబిడ్డ పెండ్లియన, మగవారికి అప్పు దీర్చుకొనుట యని యభిప్రాయము!

పేర:-అవునమ్మా! అవును ఆవశ్యం ఆలోచించవలసిందే కాని మీ మాటలనుబట్టి, మీ మనస్సులో యేదో సంబంధం తగిలే వున్నట్టు తట్టుతోంది. అట్టే మమ్మల్ని చంపక, అదేమో చెప్పితిరా బ్రతుకుతాం.

భ్రమ:-(నవ్వి) చెప్పమనెదరా? సింగరాజు లింగరాజుగారి దత్తపుత్రుడు, నాబుద్ధికి రవంత నచ్చినాఁడు.

పురు:-ఆ పిల్లవాఁ డాలోచింపఁ దగినవాఁడే. స్కూలు ఫయినలు చదువుతున్నాఁడు, చూపరి, నడతగూడ నాడెమయినదెయని విన్నాను. కాని, రెండు సందేహము లున్నవి. మొదటిది: యేఁబదియవ పడిలో మూడవపెండ్లి చేసికొన్న మూఢునితో సంబంధము చేయనాయని. రెండ వది: పిల్లవానికిఁ బదునాఱేండ్లకు బయినుండవు. వరహీన మగునేమోయని.

పేర:-మీ రెండు సందేహాలూ మినహాయించ తగ్గవే, ఏమంటారా? దీపంపెట్టే దిక్కులేనప్పుడు ఏగడ్డీ కరవక యేంచేస్తారు? ఇక వరహీనం మాటా? ఆ పిల్లవాడికీ, మన పెద్దమ్మాయికి ఒకటికాదు రెండు కాదు మూడేళ్ళు తేడా! ఇంకా వరహీనమేమిటి? కోమట్లలో యిప్పుడు కొంచెం పెద్దపిల్లలను కూడా చేస్తున్నారు. అంతగా చాదస్తులెవరైనావుంటే అబ్బాయి కధికమాసాలు చేర్చి, అమ్మాయికి తగ్గించీ సరిపుచ్చుకొంటున్నారు. అందుకూ వప్పరనితోస్తే జాతకాలు ఫిరాయిస్తున్నారు. ఇన్నెందుకూ?

గీ.వయసుతోడను బనిలేదు - వావితోడ
నంతకన్నను బనికల్ల - దరయ నొల్ల
రింటి పేరును, గోత్ర, మిం-కెదియుఁ గూడ;
ఆస్తి యొక్కటియే యిపు - డన్నిటికిని.

భ్రమ:-అన్నట్లు మఱచినాను వారికిని నాకు మూడేండ్లే తేడా!

పేర:-అవునుగద? యింకేమీ?

పురు:-సరే, యిక నా సందేహములమాట విడిచిపెట్టి ఆసంబంధము పెద్దమ్మాయి కాలోచింపుఁడు.

పేర:-ఆలోచించడాని కభ్యంతర మేమీలేదు. కాని లింగరాజుగారు మాత్రం లిక్కికి లక్కనే మనిషి. కట్నం దగ్గర కంతానికి ముడివుండదు. సరే, సర్వవిధాలా ప్రయత్నం చేతాము. అయితే అమ్మాయి లిద్దరికీ బాలతొడుగు లేపాటి వుంటాయి?

పురు:-వేయేసి రూపాయలకు వెలితి యుండదు. అవికాక వారి బారసాలలనాఁడు వారి మాతామహుఁడు వారికి వ్రాసియిచ్చిన పదేసి యెకరముల భూములవల్లను నైదేసివందలు వచ్చుచున్నవి.

పేర:-అలాగైతే యిఁక నంత భయపడవలసిన పనిలేదు. అమ్మగారన్నట్లు పెద్దమ్మాయి సంగతి ముందు తేల్చుకుని, ఆవెనుక చిన్నమ్మాయి సంగతి ఆలోచింతాము. (అని లేచును.)

పురు:-మరల మీదర్శన మెప్పుడు? పేర:-రేపు దుర్ముహూర్తం పోగానే లింగరాజుగారి యింటికి వెళ్ళి, సంగతి సందర్భాలు చూచుకుని, సాయంకాలంలోగా వస్తాను.

భ్రమ:-ఏమో, యేమి చేసికొని వచ్చెదరో పిల్లల వివాహభారము మీది. మిమ్ములను సంతోషపెట్టు భారము మాది!

పేర:-అమ్మా! ఆమాట మీరు వేరే సెల వివ్వాలా! కార్యమయిందాకా కన్నుమూస్తే ఇది గాయిత్రి గాదు! శలవు!

(తెరపడును.)

ఇది ప్రథమాంకము.

ద్వితీయాంకము

(ప్రదేశము: లింగరాజుగారి వ్యాపారపు గది)

లింగ:-(ఆయాసముతోఁ ప్రవేశించి) ఇస్! అబ్బా!

గీ.వయసుతోడను బనిలేదు - వావితోడ
నంతకన్నను బనికల్ల - దరయ నొల్ల
రింటి పేరును, గోత్ర, మిం-కెదియుఁ గూడ;
ఆస్తి యొక్కటియే యుపు - డన్నిటికిని.

చ.పిడుకలు వంటకట్టెలును, - బీటలు, చేటలు లెక్కచూచి, యే
ర్పడ, వొయిబొగ్గులం గొలచి, - పాదుల కాయల నెంచి; దూడ పా
ల్విడిచిన దాఁక నిల్వఁబడి; - వాకిటి కొబ్బరిచెట్ల కాయలన్
గడనమొనర్చి; యిప్పటికిఁ - గా లిడఁ గల్గితి నింటి లోపలన్!

ఇఁక స్థిమితముగాఁ గూరుచుండి, యీపూఁటతోఁ గాలదోషముపట్టు కాగితము లేమయినఁ గలవేమో చూడవలెను. వాయిదా లయిన పత్రములకు వడ్డీలు పంపనివారికి వడఁకు పుట్టునట్లు నోటీసులు వ్రాయవలెను. ఈపూఁట కోర్టులో హీరింగు లేమున్నవో చూడవలెను. దేనిపట్ల రవంత యేమఱినను దెబ్బతినక తప్పదు! పనివచ్చినచో ప్రాణములనైనఁ బోనీయఁ దగును గాని పయిస సొమ్ము పోనీయఁగూడదు! ప్రాణములో నేమున్నది? గాలి యేగా! పైక మట్టిదా! ప్రపంచమంతయు దానిలో నున్నది! కనుకనే, "ధనమూల మిదం జగ" త్తన్నాఁడు.

సీ.కులలోప, గుణలోప-ములు మాపుకొనుటకు
   ధనము ప్రధాన సా-ధనము నేఁడు
వర కట్నములకు, స-భా కట్నములకును
   ధనము ప్రధాన సా-ధనము నేఁడు
మున్సిపల్, లోకలు - బోర్డ యెన్నికలకు
   ధనము ప్రధాన సా-ధనము నేఁడు
మడులు మాన్యములుఁ గొం-పలు వచ్చిపడుటకు
   ధనము ప్రధాన సా-ధనము నేఁడు

అట్టిధనమును దమ పాడు - పొట్టకొఱకొ

బట్టకొఱకొ, లంకపొగాకు - చుట్టకొఱకొ,

వెనక ముందులు చూడక - వెచ్చపెట్టు

వారు నిజముగ మతిలేని - వారు గారె!

భాగ్యము పెరుగుఁటకు బహు ప్రజ్ఞలు కావలెను.

సీ.తలలు మాఱిచియొ, మూ-టలు విప్పియొ, కొల్ల

గొట్టియొ సిరి కూడఁ-బెట్టవలయు

ఆస్తులనెల్ల భా-ర్యల పేర వ్రాయించి

మాయ దివాలాలు - తీయవలయు

వడ్డికి వడ్డి, యా - వడ్డికిఁ బైవడ్డి

పెంచి గిజా యని-పించవలయు

రాత్రులు మేల్కొని - రామకీర్తనలను

పాడుచుఁ గొంపఁ గా-పాడవలయు

అప్పుగొన్నవారి - యాస్తులెల్లను వచ్చి

పడెడుదనుక నిద్ర - విడువవలయు,

దొంగ లెక్కలుంచి - దొరలకంటను దుమ్ము

గొట్టి పన్ను మాన్పు-కొనఁగవలయు.

పెక్కు మాట లేల-

సీ.పరువుఁ, బ్రతిష్ఠయుఁ - బాటింపఁగారాదు

పొట్టకేనియుఁ గర్చు - పెట్టరాదు

బంధువు లేతేరఁ - బల్కరింపఁగరాదు

పేఱువిస్తరి యింట - వేయరాదు

కష్టజీవులఁజూచి - కటకటపడరాదు
  త్రిప్పక తన యప్పు - తీర్పరాదు
దార కేనియు పెట్టి - తాళ మీయగరాదు
  వేయి కల్లల కేని - వెఱవరాదు

ఇన్ని విధములఁ గాపాడ-కున్న ధనము
దక్కనేఱదు; ధనముచేఁ - దక్క నింటఁ
బెత్తనములేదు! బయటను - బేరు లేదు!
పలుకుబడి లేదు! బ్రతికిన - ఫలము లేదు.

వెఱ్ఱివెంకటాయలు! పత్రిక లనియుఁ, బరిశోధన లనియుఁ, సంఘ సంస్కరణము లనియు, సహాయ నిరాకరణము లనియు, స్వరాజ్యమనియు, చట్టుబండ లనియు, పనిలేని గొడవలు పయిఁ బెట్టుకొందురు. కాని, వడ్డీలు పెరుఁగుటకు వాటమైన సాధన మొక్కరును జూడరు.

ఆ.కలుపు పెరుఁగునట్లు; - కంచెలుం బాదులు
పెరుగునట్లు, నాచు - పెరుఁగునట్లు;
వడ్డి పెరిఁగెనేని - వహ్వా! యదృష్టము
పండె ననఁగ - నిండ్లు నిండిపోపె!

వాస్తవమునకు వడ్డికి సాటియైనది మఱి యున్నదా?

ఆ.నిజముకన్న గల్లఁ - నిశ్చయంబుగఁ దీపి
బిడ్డకన్న ముండ - బిడ్డ తీపి
కరము, పేతనంబు - కన్న లంచము తీపి
వసుధ, మొదలుకన్న - వడ్డి తీపి!

(అంతలో స్మృతి నభినయించి)

అన్నన్నా యెన్నడునులేని దీపూట బ్రాతఃకాల లక్ష్మీప్రార్థనముమాట పరాకు పడితిని గదా!

(అని చెంపలు వైచుకొని, యినుపపెట్టె యెదుట నిలిచి చేతులు జోడించి)

దండకము: భగవతీ! భాగ్యలక్ష్మీ! ప్రణామంబు! నీ దాస దాసానుదాసుండ. నీపాదభక్తుండ, నీదివ్యరూపంబె నిత్యంబు భావింతు, నీదివ్య నామంబె నిక్కంబుగా నిద్రలోఁగూడఁ జింతింతు, నాదిక్కు, నామ్రొక్కు, నాయండ, నాదండ నీవేసుమా! భార్యయుం, గీర్యయుం; బిడ్డలుం గిడ్డలుం; దేవుఁడుం, గీవుడున్; మోక్షముం, గీక్షమున్; సర్వమున్నీవె! సత్యంబు! సత్యంబు నీకై నిరాహారినై యుందు, నీకై నిశల్ నిద్రమాన్కొందు, నీకై శరీరాభిమానంబు వర్జింతు, నీకై యసత్య ప్రమాణంబు లెన్నేని గావింతు నీయాన! ఈపెట్టియే నీ పవిత్రాలయం; బేనె నీయర్చకుండన్; యథార్థంబుగా నాదుప్రాణంబులే నీదు పూజాసుమంబుల్; శరీరంబె నైవేద్య కుంభంబు, నాయింటనేయుండి, నాపూజలం గొంచు నేయింటి కేనంపినం బోయి యాయిల్లు మట్టంబు గావించి నాయింటికిం దెచ్చి నాకిచ్చు చుండంగదే కన్నతల్లీ! నమస్తే! నమస్తే! నమః. ఘంట:-(ప్రవేశించి) బాబూ! పది కావచ్చింది. వంట సామానిస్తారా!

లింగ:-నీవంట వల్లకాడుగాను! నీకంత తిండియేవ యేమిరా! ధనుర్మాసము దప్పళమున కెవరైన పిలుతురేమో కాసింతసేపు కనిపెట్టఁగూడదా?

ఘంట:-సరే, మీ యిష్టం. రాత్తిరి పద్దులు రాసుకుంటారా?

లింగ:-అదిగో ఆ మాటన్నావు సరి! (అని డసుకు పెట్టె దగ్గఱఁ గూరుచుండి, పద్దులపుస్తకము పైకిఁ దీసి) ఏదీ చెప్పు, బియ్యమెన్ని?

ఘంట:-మణిమెడు తక్కువ మానెడు.

లింగ:-(వ్రాయుచు) వంటకట్టెలు?

ఘంట:-మూడు.

లింగ:-పిడకలు?

ఘంట:-రెండు.

లింగ:-నిప్పుపుల్ల?

ఘంట:-నిన్న మధ్యాహ్నం చీల్చిన పుల్లలో నిలవ బాపతు సగం.

లింగ:-ఉప్పు?

ఘంట:-వుద్ధరిణెడు.

లింగ:-చింతపండు?

ఘంట:-నిన్న మధ్యాహ్నం పులుసుకోసం పిసగ్గా నిలవవున్న తుక్కు.

లింగ:-ఉప్పేమి చేసినావు?

ఘంట:-వుంచా నీపూటకు.

లింగ:-మిరపకాయలు?

ఘంట:-మూడు.

లింగ:-మాగాయ?

ఘంట:-అమ్మగారి కో టెంకా, అబ్బాయిగారి కో ముక్కాను.

లింగ:-గంజి? ఘంట:-గరిటెడు మీకూ, అరగరిటెడు అబ్బాయిగారికి పోశాను.

లింగ:-మిగిలింది?

ఘంట:-చద్దన్నాల్లో సరిపెట్టాను.

లింగ:-నీవో?

ఘంట:-బజార్లోంచి బంగాళాదుంపల కూర తెచ్చుకున్నాను.

లింగ:-ఏడిచినట్లే యున్నది. కాని యెన్నడు నీలాటి వింక నింటికి గొనిరాకు! ఆవాసన తగిలి అబ్బాయికూడా పాడు కాఁగలడు! తెలిసినదా? ఇదిగో కరివేపచెట్టుమీఁద కాకి గూడుపెట్టినది. యింతలో డొంకెనతో దానిని బడద్రోసి యీపూఁట పొయిలోనికి సిద్ధము చేసికో. కరివేపమండ రాలినచో కడుపు చీల్చెదనుసుమా!

ఘంట:-రామరామా! పక్షిగూడు పడగొట్టడం పాపం కాదండీ?

లింగ:-పాప మేమిటి నీ బొంద! ఖరసంవత్సరములో మాయింటి వంటంతయు కాకిగూళ్ళతోనే వెళ్ళిపోయినది.

ఘంట:-ఇదేఁవిటండీ! యింత ఘోరఁ యెక్కడా చూళ్ళేదు. ఇల్లాంటి పనులుమాత్రం యింకెప్పుడూ చెప్పకండేం. (నిష్క్రమించును.)

లింగ:-దరిద్రపుఁ గుంకలకు ధర్మపన్నములు మెండు! ఆవాజె వన్నెల విసనకఱ్ఱ యగుటంబట్టి వంటకుంకలను బెట్టుకొనక వల్లపడకున్నది కుఱ్ఱవానికి వివాహమై, యాకుఱ్ఱది కాఁపురమునకు వచ్చువఱకు నీకుంక కుద్వాసన చెప్పుటకు వీలులేదు.

బస:-(ప్రవేశించి) నాన్నా! అమ్మకు మొన్న బండికట్టినవాఁడు అద్దె కొఱకు వచ్చి యఱచుచున్నాఁడు.

లింగ:-ఇంటిలో లేరని చెప్పకపోతివా? బాబూ! పదునాలేండ్లు పయిఁబడినవి యిప్పటికైన నీకీపాటియూహ పుట్టలే దేమిరా?

బస:-ఉండఁగా లేరని చెప్పుటకూహ యెందులకు నాన్నా? అబద్ధమాడఁ గూడదని మాటీచ ర్లనేక పర్యాయములు చెప్పినారు.

లింగ:-మీ టీచర్లిట్టి మెట్టవేదాంతములు కూడఁ జెప్పుచున్నారుగా? సరే, యిఁకనేమి చదువు సంగతి చక్కగానే యున్నది!

బస:-ఫవుంటెను పెన్నుకుఁ బయిక మిచ్చెదవా? లింగ:-బాబూ! కానికిఁ గలము వచ్చుచుండఁగా ఫవుంటెను పెన్నెందులకు పనిలేక? అంతగా మనసైనచో అలుక పాన్పుమీఁద అన్నిటితోపాటు ఫవుంటెను పెన్నుగూడ నత్తవారినడిగి పుచ్చుకొనవచ్చును. గాని బండివాని కెదో చెప్పి పంపివేయుము.

బస:-అదిమాత్రము నావల్లఁగాదు! (అని నిష్క్రమించును.)

లింగ:-ఆ వన్నెల విసనకఱ్ఱ సంగతి యీ విధముగా నున్నది, యీ పాడుకట్టెసంగతి యీవిధముగా నున్నది! పాడు టీచర్లు కుఱ్ఱవాండ్రను పాడుచేయుచున్నారు! పయిగా కలముల క్రిందను, కాగితముల క్రిందను కర్చుపడుచున్న డబ్బునకు లెక్కయే లేదు! కనుకనే గాంధిమహాత్ముఁడు చదువులకు స్వస్తి చెప్పింపుమన్నాఁడు. వివాహ మగువఱకును వీనిని మానిపించుటకు వీలులేక చూచుచున్నాను. ఇదేమి ప్రారబ్ధమో యీదినములలో కాలేజికి వెళ్ళుచున్న వానికిఁగాని కట్నముల బిగువు లేకున్నది! ఈ కసుగాయ కుంకను కట్నములకొఱకుఁ గాకఁ గతులకొఱకుఁ బెంచుచున్నానా! నా మొదటిపెండ్లికి రెండువేలు, రెండవపెండ్లికి నాలుగువేలు, మూడవపెండ్లి కెనిమిదివేలు మొత్తము పదునాలుగువేలు వచ్చినవి. ఈ కుంకకుఁ గూడ నిదేవిధముగా వచ్చునని యాశ. ఇదేమి పాపమో ఇంతవఱకు వేయి, రెండువేలు ఇచ్చెద మనువారేకాని పట్టుమని పదివే లీయఁగలవా రగపడలేదు! నియోగ మంతకంతకు నిర్భాగ్యయోగ మయిపోవుచున్నది! ఎవరుచెపుమా వచ్చుచున్నది! చవటకుంక, తలుపుతీసి చక్కఁ బోయినాఁడు కావలయును! బండివాఁడో పరదేశ బ్రాహ్మణుఁడో యైయుండును! కానిమ్ము గదితలుపు మూసి, యేమియు నెత్తుకొని పోకుండ, కంతలగుండాఁ గనిపెట్టెదను. (అని లేచును.)

పేర:-(అంతలోఁ బ్రవేశించి) మహదైశ్వర్యాభివృద్ధిరస్తు! మనోవాంఛాఫల సిద్ధిరస్తు! రాజద్వారే, రాజభవనే, రాజసభే, రాజసమీపే, సర్వదా దిగ్విజయమస్తు!

లింగ:-ఏమీ! పేరయ్యయే! ఏదో పనిమీఁద వచ్చినట్లున్నావే?

పేర:-ప్రభువులవద్దకు పనిలేన్దీ రాగలమా? లింగ:-అట్లయిన౯ గూర్చుండి అదేమో చెప్పుము. (అని కూర్చుండును.)

పేర:-(కూర్చుండి తనలో) ఈ ముండాకొడుకు దగ్గిఱ ముక్కుకు సూటిగా పోగూడదు. ముందీదారి త్రొక్కుతాను. (పయికి) చెప్పుట కేముంది? పష్టుకళాసు పద్దుమీద బదులు కావలసి వచ్చాను.

లింగ:-ఎవరికి? ఏపాటి?

పేర:-ఎవరికో తర్వాత చెపుతాను. బదులు కావలసింది పాతిక వేలు.

లింగ:-వడ్డి యేమయిన వాటముగ వేయించ౯గలవా?

పేర:-వడ్డీకేం? వాజిబీ ప్రకారం పుచ్చుకోండి.

లింగ:-వడ్డీకి వాజిబీ యేమిటి! ఆసామిని బట్టియు, ఆస్తిని బట్టియు, అవసరమును బట్టియు నుండును. నీతోడు, రూపాయ తొమ్మిదణాల కాని చొప్పున నిన్ననే ముప్పదివే లిచ్చాను.

పేర:-అయితే కుదరదు. ముప్పావలా అంటే ముద్దుపెట్టుకుని ఇచ్చేవారున్నారు. శలవు! (అని లేవ౯బోవును.)

లింగ:-ఆ౯గు! ఆ౯గు! అంత తొందర కూడదు. ఆస్తిమాట చెప్పవేమి?

పేర:-ఆస్తికేం! అవల్‌రకం ఆస్తి. అరవై యకరాల సర్వదుంబాలా యీనాంభూమి. పదియకరాల బత్తాయినారింజతోట, ఆఱెకరాల అంటుమామిడితోట, తొమ్మిదెకరాల తుమ్మబీడు, ఇదేప్రథమ తనఖా. ఇక విడిపించుకునేది కూడా కాదు.

లింగ:-సరే పావలా అర్ధణా చొప్పున పయిసలు చేయుము.పేర:-పావలార్ధణా లేదు గీవలార్ధణా లేదు. నా కమీషను దగ్గిఱ నలుపులు పెట్టకపోతే రూపాయివఱకూ రుద్దుతాను.

లింగ:-నీ కమీషను మాటకేమి నీవెక్కడికి౯ బోదువు నేనెక్కడికి౯ బోదును? ముందు కాగితములు తెమ్ము, చూతము.

పేర:-కాగితాలకేం! రే పీపాటికి కాకిచేత రప్పిస్తాను, (అని లేవ౯బోయి, మరల౯ జతికిలబడి) అన్నట్టు అడగడం మఱచాను. అబ్బాయికి యింకా వివాహం చేశారుకారు. సమయం కాకనా సంబంధాలు రాకనా?

లింగ:-సంబంధములు రాకేమీ, సమాధానము చెప్పలేక చచ్చిపోవుచున్నాను. అన్నట్లు నీవు పెండ్లిండ్ల బేరగా౯డవు గదా! నీ యెఱుకలో౯ జక్కని సంబంధ మేదయిన నున్నదా?

పేర:-చక్కందో గిక్కందో నాకు తెలియదు. మీకు సానుకూల పడుతుందో లేదో అంతకంటే తెలియదు. పడితేమాత్రం బంగారాని కెత్తుకెత్తయిన సంబంధం వొకటి సర్వసిద్ధంగా వుంది.

లింగ:-ఎవరు వారు?

పేర:-పుణ్యమూర్తుల పురుషోత్తమరావు పంతులుగారి కిద్దరు కొమార్తె లున్నారు. పెద్దకుమార్తెకు పదమూడవ యేడు. పక్వానికివచ్చిన పండు! ముఖం ముద్దు లోడుతోంటుంది. కళ్ళుచూస్తే కడుపు నిండవలసిందే! చక్కగా చదువుకుంది.

లింగ:-సరేకాని కన్యకుఁ గావలసినవి చదువు, చక్కదనము గావు.

గీ.తిండి యొకప్రక్క వెలితిగాఁ - దినవలయు,
చెప్పకయె యింటిపను లెల్లఁ - జేయవలయు,
ఊరకే కొట్టినను పడి - యుండవలయు,
ఇట్టి కన్యను వెతికి - గ్రహింపవలయు.

పేర:-అలాగైతే మీరు చెప్పిన లక్షణా లన్నీ అచ్చంగా ఆపిల్లవద్దనే వున్నాయి. మూడు మెతుకులకంటె ముట్టదు. లేచింది మొదలు పరుండేవరకూ లేడిపిల్లలాగు పని చేస్తుంది.

లింగ:-ఇంతకును కట్నమేపాటి యీయఁగలరు?

పేర:-అదుగో అక్కడేవుంది తంటా! ఆపిల్ల లిద్దరకీ వంటను వెయ్యేసిరూపాయల బాలతొడుగు లున్నాయి. అయిదేసి వందలు వచ్చే మాతామహు డిచ్చిన మాన్యా లున్నాయి. అందువల్ల కట్నంలేకుండా చేసుకుంటామని కావలసినంత మంది కాళ్లకాడికి వచ్చి తిరిగిపోతున్నారు. లింగ:-అయితే, పేరయ్యా! ఆ పిల్ల యొంటిని అచ్చముగా బంగారపు తొడుగుండుఁగాక అరువదిపుట్ల మాన్యముండుగాక గౌరవము కోరువాఁ డెవ్వఁడైనఁ గట్నములేని సంబంధమున కిష్టపడునా!

పేర:-అలాగైతే, గౌరవార్థమని మెడలు విరిచే కాస్తోకూస్తో యిచ్చేలాగు చూడాలి. ఏమాత్రం అనమంటారు?

లింగ:-అసలు ఆయనకున్న అస్తియేమో చెప్పినావుకావు.పేర:-ఆయనకున్న ఆస్తి యేమిటో అందఱూ యెఱిగినదే. పది సంవత్సరాలు రివిన్యూ యినిసిపేటరు పనిచేశా రన్నమాటే కాని పయిస పుచ్చుకొని యెఱుగరు. ఈమధ్య నానుకోవాపరేషాన్ని నమ్మి ఆవుద్యోగానికిగూడా హస్తోదకాలిచ్చి హాయిగా రాట్నం ముందు పెట్టుకొని కూర్చున్నారు. అయితే, పిత్రీయం బాపతు పదియెకరాల

భూముంది. పన్నులుపోగా పదియెకరాల వల్లా పదిపదులు నూరుబస్తాలు వస్తాయి. వారు కాపురంవున్న మేడ వుంది.

లింగ:-అట్లయినచో, నటువంటి పెద్దమనుష్యులను మన మంత యిబ్బంది పెట్టుట న్యాయము కాదు, ఆ మేడవా రుంచుకొని ఆ పదియెకరముల పొలమును మనకు వ్రాసియిచ్చి అందము కొఱకు వేయిన్నూటపదార్లు రొక్కము, వెండిచెంబు, వెండికంచము, వెండిపావకోళ్ళు, అయిదుదినములు నైదుపట్టుతాబితాలు ఇటువంటివిమాత్ర మిమ్మనుము. నా బారీతనము బాగుగ నున్నదా?

పేర:-బాగేమిటి బంగారు తునకలాగుంది! కాకపోతే, కార్యమయిన మర్నాటినుంచి వారు అన్నమో రామచంద్రాయని ఆవీధినీ, యీవీధినీ అడుక్కు తినవలసి మాత్రం వుంటుంది! బాబూ! మీబేరం కుదిరేబేరం కాదు! శలవు పుచ్చుకుంటా. (అని లేవఁబోవును.)

లింగ:-(లెక్కపట్టుకొని) ఆగు ఆగఁవోయ్- అన్నిటిలో నొక్కటే తొందరా! నీ యభిప్రాయ మేమిటి?

పేర:-వేయిన్నూటపదహార్ల కయితే వెంటనే కుదురుస్తాను. అంతకు పయి నైతే ఆ సంబంధం మీకు దక్కదు. లింగ:-సరికాని యీపిల్లవానిక్రింద నాకెంత సొమ్మయినదో యెఱుఁగుదువా! తృప్తిగా వారివల్ల రాఁబట్టి తృణమో కణమో నావల్లఁ దినవలెనుగాని నీసొమ్మే పోయినట్లు నిగిడెదవేమి? పురుషోత్తమరావుగారు నాకంటెఁ బూర్వపుఁ జుట్టమా యేమిటి నీకు?

పేర:-ఆలాగన్నారు గనుక, అసలుసంగతి మనవిచేస్తాను వినండి. ఆయన కట్నంలేని సంబంధం చెయ్యాలని ఆలోచిస్తున్నారు. నా బలవంతంమీద మహాపెడితే రెండువేలకంటె పెట్టరు. అందుచేత మనం కొంచెం మాఱుత్రోవ త్రొక్కాలి. ఆయనతో కట్నం మాటేమీ కచ్చితంగా చెప్పక మంచిరోజు చూచి మాట్లాడే నిమిత్తం మనయింటికి తీసుకువస్తాను. సరిగా ఆ సమయానికి వివాహాల వీరయ్యగాడు వచ్చి, వేలంపాటలోకి దించేలాగు ఏర్పాటు చేస్తాను. ఆపాటలో పంతులుగారి కావేశం యెక్కించి మూడువేలవరకూ పాడిస్తాను. నా కేమిస్తారో న్యాయంగా శలవివ్వండి!

లింగ:-ముష్టి మూడువేల కోసమిన్ని ముచ్చటలా! ఆ మూడువేలలోనే నీ ముడుపా! చాలుచాలు! అధమపక్ష మైదువేలయిన లేకున్న మన కాసంబంధ మక్కఱలేదు.

పేర:-అబ్బ లింగరాజుగారూ! అసాధ్యులు గదా! సరే, చచ్చో ముతమారో అయిదువేలూ అనిపిస్తా ననుకోండి. అందులో, అయిదువందలు నావి, మిగతవి మీవి. ఇష్టమేనా?

లింగ:-అదిగో అదే పనికిరాదు! అందులో అఱకాని బొట్టి కాఁగూడదు. నీయైదువందలు నీవు పయిగా రాబట్టుకొన వలసినదే.

పేర:-సరే, నా తంటాలు నేనే పడతాను. వీరయ్యగాణ్ణి పంపుతాను గానీ వాడూ మీరూ ముందు కాస్త కూడబలుకుకోండి. పని జరిగాక వాడికి పదిరూపాయలు మాత్రం పారవెయ్యండి.

లింగ:-దానికేమి, తరువాత నీవో నేనో లేదనిపింతము లెమ్ము.

పేర:-అన్నట్లు ఆభరణాల సంగతి చెప్పారు కారు. ఆభరణాల మాట చెవిన పడితేనేగాని ఆడంగులకు పేడే పుట్టదు.

లింగ:-వెఱ్ఱివాఁడా! మాపిల్లకు మేము పెలితి చేసికుందుమా? అప్పు డడావిడి పడవలసి వచ్చునని అయిదుపేల రూపాయల నగలు చేయించి సిద్ధముగా నుంచినాను.

పేర:-సరే యింకేమీ. నాకిప్పటికి శలవు. (అని లేచి నిష్క్రమించును.)

లింగ:-అన్ని విధములచేత నీటేర మనుకూలమయినదే. పదియెకరముల భూమియుఁ బదివేలు, బాలతొడుగు వేయి, కట్నమయిదువేలు, మొత్తము పదునారువేలు! లాంఛనములనియు, గీంఛనము లనియు లాగుట కింకను లక్షమార్గము లున్నవి. ఆమీదఁ నలుకపా న్నున్నది. ఆవెనుక, నాషాఢపట్టీ యున్నది - ఆపైని గర్భాధానపు బెట్టున్నది!

గీ.స్వామికృపచేత నిది కొన-సాగె నేని
లాటరీలోనఁ బలె మంచి - లాటు వచ్చు;
ఇంటిపనులెల్ల నేర్చిన - గుంట కాన
వెంటనే వంటవానిని - గెంట వచ్చు.

(తెరపడును.) ఇది ద్వితీయాంకము.

తృతీయాంకము

మొదటి రంగము

(ప్రదేశము: లింగరాజుగారి పడక గది.)

సుభ:-(చదువుకొనుచుఁ బ్రవేశించి, చటుక్కునఁ బుస్తకము మూసి) సెబాసు! వివాహమన్న నీ విమలావిజయులదే వివాహము. సమాన వయోరూప సంపత్తిలేని దాంపత్య మేమిదాంపత్యము?

చ.ధనమె ప్రధానభూతముగ - దంతము లూడినవాని కేనియుం
దనయలఁ గట్టిపెట్టు తలి-దండ్రులు హెచ్చగుచున్న యిట్టి దు
ర్దినములలోన, నింతిగ, ధ-రిత్రిపయిం జనియించుకంటె ని
ర్జన వనవాటిలో, నజగ-రంబుగ నేని జనింపఁగా దగున్!

ప్రాయ ముడిగిన ప్రారబ్ధమునకు దోడు, పిసినిగొట్టుపీనుఁగుఁ గూడ నగుచో నిఁకఁ జెప్పవలసిన దేమున్నది! నాకుఁ బట్టిన యవస్థయే పట్టును! భగవంతుఁడా! తండ్రీ! నా భర్తవంటి భర్తను మాత్రము పగవారికైనఁ బ్రసాదింపకుము!

సీ.నగపేరు చెప్పిన - నవ్వులఁ బుచ్చును
కోకలు కొనుమన్న - గొల్లుమనును
పొత్తంబు దెమ్మన - విత్తంబు లేదను
కాగిత మడిగినఁ - గాకపడును
విడియ మొనర్చిన - విసవిసలాడును
కాని పూవులు గొన్న - కస్సుమనును
వ్రత మొనర్చెద నన - వలవల యేడ్చును
ముష్టి పెట్టిన సెత్తి - మొత్తుకొనును

పండుగకు పబ్బమున కైన - బిండివంట
మాట యెత్తిన బగ్గున - మండిపడును

కటకటా! యిట్టి మగనితోఁ - గాఁపురంబు

సలుప శక్యమె యెంతటి - సాధ్వికైన?

ఇంతటితోఁ దీఱినదా!

సీ.జడవైచుకొన, సాని - పడుచువంటే యను

చీరగట్టిన షోకు - మీఱె నను

వంటవానిం బిల్వ - వెంట నేతెంచును

పోలితో మాటాడఁ - బొంచి వినును

చదివిన, వ్రాసిన, - జగడమాడును, దొడ్డి

లోని కేగిన నను-మానపడును

గడపదాఁటిన, వెన్కఁ - గొడుకు నంపించును

పాడిన సతి కిది - కూడదనును

ఇంటి కెవరైన వచ్చిన - వెంటఁబడును

తగునె యీచేష్ట లన పెంకి-దాన వనును

కటకటా! యిట్టిమగనితోఁ గాపురంబు

సలుప శక్యమె యెంతటి - సాధ్వికైన?

ఇఁక సంసార సందర్భములు సరేసరి!

సీ.పుడకలుం బిడుకలు - బోషాణమున దాఁచి

యెట్టకేలకు లెక్క - పెట్టియిచ్చు

ఉప్పును బప్పుఁ దా - నుండెడు గదినుంచి

తులములచొప్పునఁ - దూఁచియిచ్చు

పెరటికూరల నెల్లఁ - బెరవారి కమ్మించి

యేర్చి చచ్చుం బుచ్చు - నింటికిచ్చు

వండినదెల్లఁ దా - వడ్డించుకొని మెక్కి

మిగతవారల కంట్లు - మిగులనిచ్చు

తిరుగుచుండగనే యింటి - దీప మార్చు

పలుకుచుండఁగనే గొంతు - పగుల నార్చు

కటకటా! యిట్టి మగనితోఁ - గాఁపురంబు

సలుప శక్యమె యెంతటి - సాధ్వికైన?

లింగ:-(తెరలో) మా వన్నెల విసనకఱ్ఱ యేమి చేయుచున్నది?సుభ:-ఏమి చేయుచున్నదా? ఉసూరుమని యేడ్చుచున్నది!

లింగ:-(ప్రవేశించి) ఓసీ! యెప్పుడు చూచిన నెందులకో కొఱకొఱ లాడుచునే యుందువు. సంతోషముగా నుండు సమయ మెప్పుడే?

సుభ:-చచ్చిన మఱునాఁడు!

లింగ:-నీవా, నేనా?సుభ:-మీకుఁ జా వేమిటి! ఎన్ని కట్నము లందుకొనవలసి యున్నదో, యెందఱి గొంతు లింకను గోయవలసి యున్నదో!

లింగ:-కట్నములమాట కఱకంఠుఁ డెఱుఁగును గాని పెన్నిధి వచ్చినను నేనిఁకఁ బెండ్లిమాత్రము చేసికొనను! బుద్ధివచ్చినది!

సుభ:-దాని కేమిలెండు! కలిమినిబట్టి యెవరికో గంగపెట్టు లెత్తక మానవు, సిగ్గు బుగ్గి చేసికొని మీరు సిద్ధపడక మానరు!

లింగ:-సరే, అంత యదృష్టము పట్టినప్పు డాలోచింపవచ్చును. గాని, నామీఁద నీ కింతకోప మెందులకే?

సుభ:-మీమీఁద నేమికోపము! నాతండ్రి మొఱ్ఱోయని మొత్తుకొనుచుండ ఆయన మెడలు విరిచి అన్యాయముగ నా గొంతుకోసిన మాయమ్మ మీఁదఁ దప్ప, నాకెవ్వరిమీఁదను కోపములేదు.

గీ.విద్యయు, వయస్సు, పరువును - విడిచిపెట్టి

భాగ్య మొక్కటియే చూచి - బతుకు పిసిని

గొట్టు పీన్గునకుం దన - కూఁతు నిచ్చు

తల్లి కుత్తుక తఱిగినఁ - దప్పు గలదె!

లింగ:-ఓసీ! భర్తయన భగవంతుఁడు గదా! భర్త నిట్టి పాడుమాట లనవచ్చునని యే పుస్తకములో నైన నున్నదా?

సుభ:-ఆలియన నర్ధాంగి గదా! అర్ధాంగి కన్నమైనఁ బెట్టక, కూడఁబెట్టిన ధనముకూడఁ గొంపోయినవా రెవ్వరైన నున్నారా?

లింగ:-ఆహాహాహాహ్! అంటించినావే ముక్కకుముక్క! వెట్టిదానా! గడించినవాఁ డెవ్వఁడు కర్చుపెట్టి చచ్చినాఁడే? చూడు -

సీ.ప్రాయికంబుఁగఁ బెట్టు - పాఁతువాఁ డొక్కడు
 వరుసఁ బండ్లను మెక్కు - వాఁ డొకండు

కష్టపడి గృహంబు - గట్టువాఁ డొక్కఁడు
 వసతిగ నివసించు - వాఁ డొకండు
ఆస్తికై వ్యాజ్యంబు - లాడువాఁ డొక్కఁడు
 వచ్చిన నది మ్రింగు - వాఁ డొక్కఁడు
కోరి ముండను బెట్టు - కొనెడి వాఁ డొక్కఁడు
 వలపుకాఁ డై పొందు - వాఁ డొకండు

అట్లె, ధనము కూర్చు-నట్టి వాఁ డొక్కఁడు
వడిగఁ, దగులఁబెట్టు - వాఁ డొకండు,
ఇది ప్రపంచధర్మ - మీనాఁడు పుట్టిన
లీలగాదు దీని - కేల గోల?

సుభ:-సరే కాని నా సమాధానము కూడ వినెదరా?

లింగ:-అక్కఱలే దక్కఱలేదు. ఈ వితండవాదమున కిప్పుడు తీఱికలేదు. నీకొక శుభవార్త చెప్పిపోవలెనని వచ్చినాను.

సుభ:-ఏమిటది? ఎవరైన బదులుకొఱకు వచ్చుచున్నారా యేమి?

లింగ:-బదులుఁగాదు బండలుఁగాదే. అబ్బాయికిఁ బిల్ల నిచ్చుటకై పెండ్లికొడుకు చూపులకు వచ్చుచున్నారు.

సుభ:-మనకుఁ బిల్ల నిచ్చునంతటి మతిమాలినవా రెవ్వ రబ్బా!

లింగ:-ఎవరా? పుణ్యమూర్తుల పురుషోత్తమరావు పంతులుగారు.

సుభ:-ఏమిటీ? కాళిందినా? కమలనా?లింగ:-కాళిందియో గీలిందియో నాకుఁ దెలియదు. పెద్దకొమార్తె.

సుభ:-పేరుతో మీకేమిపని! కట్నము మాత్రము గళ్ళున పెట్టెలోఁ బడిన జాలును! ఏపాటి?

లింగ:-ఏమో వారియిష్ట మే మిచ్చినను సరే.సుభ:-అట్లయినఁ గాలమున కేదియో అంతరాయ మున్నదన్న మాటే! సరేకాని క్షౌరము చేయించుకొననే లేదుగద?

లింగ:-అబ్బా, అగపడినప్పుడెల్ల క్షౌరపుగోలయే కదా! నేను జావఁగానే, సర్వస్వము నీ క్షౌరముల క్రిందనే చెల్లుకాఁబోలును!

సుభ:-మీకా విచార మెందులకు? మీరు పోవునప్పుడు మీ యినుపపెట్టె మీనెత్తి కెత్తెదనులెండు! లింగ:-ఆహా! అట్టి యవకాశమే యున్న నదృష్ట మేమనవచ్చును!

గీ.సంపద మహత్వ మెఱుఁగని - చవట బ్రహ్మ
చావు లేకుండగా నేని - సలుపఁ డయ్యె
చచ్చునప్పుడు వెనువెంట - సకలధనము
తీసికొనిపోవు విధమేని - తెలుపఁ డయ్యె.

(తెరపడును.)

రెండవ రంగము

ప్రదేశము: లింగరాజుగారి కచేరి చావడి

(ప్రవేశము: పురుషోత్తమరావుగార, లింగరాజుగారు, బసవరాజు, పేరయ్య, వీరయ్య చాపలపైఁ గూరుచుండి)

లింగ:- విన్నావా? మున్నంగివారికిని, మాకును మూడుతరముల నుండి సంబంధ మవిచ్ఛిన్నముగా సాగుచున్నది. మూర్తిరాజు పంతులు గారా సంగతులన్నియు నెత్తుకొని మూరెడుత్తరము వ్రాసినారు. అందుచేత నింత దూరమాలో చించవలసి వచ్చింది-

వీర:- మూడు తరలానాటి సంబంధ మొకటేనా? మూడువేల రూపాయల కట్నమో!

పేర:- వీరయ్యా! నీ గొడవ మా విపరీతంగా వుందే! మూడు వేలు మూడువేలని యిక్కడికి ముప్పయిసార్లన్నావు. ముష్టి మూడువేలు మేరేకాని మేమివ్వలేమనుకున్నావా? లింగరాజుగారు! ఆ మొత్తం మే మే యిస్తాము. మా కింద ఖాయం!

వీర:- అదేమన్న మాట? మీరధికంగా అన్నదేముంది?

పురు:- అట్లయిన నింకొక యైదువంద లధికముగా నిచ్చెదము.

వీర:- మా పంతులుగారు మరియైదువందలు.

పేర:- వొయ్యోయ్? వద్దుసుమా వొద్దు! మా పంతులుగారి సంగతి తెలియక మాజోరుగా వస్తున్నావు! మాట దక్కదు సుమా.

వీర:- పేరయ్యా నీ బెదిరింపులకు నేను జడిసేవాడ్ని కాను! మా పంతులుగారు పెట్టమన్న మొత్తం వఱకూ పెట్టిమరీ తీరుతాను. పురు:- (రోషముతో) సరే కానిమ్ము నాలుగువేల నాలుగు వందలు.

వీర:- అయిదువందలు

పురు:-ఆరు; రా యెంతవరకు రాగలవో రా.

వీర:- రాక విడిచి పెడుతానా? చేడువందలు.

పురు:- ఎనిమిది?

బస:- (తనలో) బాగు బాగు! ఫార్సులాగునే యున్నదే!

గీ. పేకల నోకులం బాడు వీఁక నడి ట
జారులో గుడ్డలం బాడు సరణి; పెండ్లి
కొడుకు నిటు మధ్య నిడి, కసి గొన్న యట్లు
వేలముం బాడు టెన్నఁడు యెరుంగ !

లింగ:- వీరయ్య! వీరిక్రింద ఖాయపరుప వచ్చునా!

వీర:- అప్పుడేనా? అయిదువేలు?

పేర:- (లేచి) బాబూ, యీ బేరం మనకు కుదిరేదికాదు లేవండి.

పురు:- అయ్యా! సెలవు తీసుకొను మనెదరా?

లింగ:- సందర్భము లన్నియుఁ దమరు స్వయముగా జిత్తగించుచు నన్ను నెప పెట్టుట న్యాయమా!

పురు:- సరే మీ చిత్తము. (అని లేచి పేరయ్యత బైటకేగును)

వీర:- కొంపతీసి, బేరం గోవిందా కొట్టదుగద?

లింగ:- వెర్రివాఁడా! పేరయ్య అంత పెయ్యమ్మ యనుకొంటివా?

వీర:- నన్ను మెచ్చుకోరేం? నా పారం నేనెల్లా వప్పగించాను?

లింగ:- నిత్యము గోర్టులలో బ్రతుకు ముండకొడుకవు; నీకిదిలెక్కా (అని యేదియో వ్రాయుచున్నట్లు నటించును.)

బస:- (తనలో) వీరి ప్రసంగంబట్టి వీరేదియో కుట్ర సాగించునట్లు కనపడుచున్నది. వీరయ్య ఫాల్సు పాటగాడై యుండును.

పేర:- (బయటను) పంతులుగారు! బహుదూరం వెళ్ళారు. ఇంతదూరం వెళ్ళడం నాకిష్టంలేదు. వెళ్ళకచేసేదీ కనపడలేదు. ఆ ఏల్నాటి శనిముండాకొడుకు లేకపోతే ఏంచక్కా ఫసలయ్యేది! చెరపడానికి చేటపెయ్యచాలును! నిజానికి నిలివెడు ధనమిచ్చినా యీ పాటి పిల్లవాడు మాత్రం ఇక సందర్భపడడు.

పురు:- పోనిండింకను రవంత దూరము పోయి చూతమా

పేర:- పోవుటకేం పోవచ్చును ఆ సులువు బలువు లాలోచించుకో వలసిన వారు మీరు. అమ్మగారితో ఆలోచింతా మంటే అవకాశం లేదు. మనం మళ్ళీ వచ్చేసరి కీముండాకొడుకు మంగళం పాడేస్తాడు.

పురు:- అనవసరమగు నాలస్యమే కాని అది మాత్రమేమి చెప్పఁ గలదు? ఇంకొక మాట యని చూతము రండు.

పేర:- అయితే, ఒక పనిచెయ్యండి. ఆ వెధవతో వేలంపాట నాకిష్టం లేదు. ఆఖరుమాటని యింకో ఐదువందలమాంతంగా పెట్టండి, దానితో దిమ్మతిరిగిందా, తిరుగుతుందీ. తిరక్కపోతే, తిన్నగా ఇంటికి చక్కాపోదాం ఏమిశలవు?

పురు:- సరేరండు, (అని పేరయ్యతో మరలలోపలికేగి) లింగరాజుగారు! మరియొక్క మాట యనిపోవుదమని మరల వచ్చినాను. ఇంకొక యైదు వంద లిచ్చెదము. ఇష్టమున్న మా క్రింద స్థిరపరుపుడు, లేదా, యింతటితో మాకు సెలవు.

లింగ:- మూర్తిరాజుగారి క్రింద స్థిరపరిచి నట్టుత్తరము వ్రాయుటకు మొదలు పెట్టినానే, సరే సమాప్తి కాలేదు కనుక దోషములేదు. ఏమి వీరయ్యా! వీరి క్రింద స్థిరపరుప వచ్చునా?

వీర:- వారు నాకిచ్చిన వర్దీ యెంతవరకో, అంతవరకూ పాడాను. టిల్లిగ్రాపిచ్చి తిరిగి ఆర్డరు తెప్పించుకునేవరకూ ఆగండి.

లింగ:- అదేమన్నమాట, అయిదు నిమిషము లాగను. పెద్ద మనుష్యుల కడ పేచీలు పనికిరావు! అయ్యా తమ క్రింద ఖాయము.

పేర:-తథాస్తు! పంతులుగారూ! తమవద్ద పదిరూపాయలు లుంటే ప్రస్తుతము బజానా క్రింద జమకట్టించండి.

పురు:- (రూపాయలు తీసి యిచ్చును)

పేర:- తమరు కాస్త రసీదుముక్క వ్రాసి యిప్పించండి.

లింగ:- అభ్యంతరమేమీ? (అని రసీదు వ్రాసి చదువును) "బ్రహ్మశ్రీ పుణ్యమూర్తుల పురుషోత్తమరావు పంతులుగారికి సింగరాజు లింగరాజు వ్రాసియిచ్చిన రశీదు. మీ కుమార్తె చి||సౌ|| కాళిందిని నా కొమారుడు చి|| బసవరాజునకు చేసికొనుటకు అందులకై మీరు మాకు కట్నము క్రింద నైదువేల రూపాయల రొఖ్ఖము, రవ్వల యుంగరము, వెండి చెంబులు, వెండి కంచము, వెండి పావకోళ్ళు, పట్టు తాబితాలు, వియ్యపురాలు, వియ్యంకుల లాంఛనలములు యథావిధిగా నిచ్చుటకును. ప్రతిపూట బెండ్లివారిని బ్యాండుతో, బిలుచుటకును, రాక పోకలకు బండ్లు, రాత్రిలు దివిటీలు నేర్పాటు చేయుటకును, రెండుసారులు పిండి వంటలతో భోజనములు, మూడుసారులు కాఫీ, సోడా, యుప్మా, యిడ్డెను, దోసె రవ్వలడ్డు, కాజా, మైసూరు పాకాలతో ఫలహారములు చొప్పున మా యిష్టానుసారమైదుదినములు మమ్ము గౌరవించుటకును అంపకాలనాడు మాకు పట్టుబట్టను, మాతో వచ్చువారికి కుప్పాడ బట్టలు నిచ్చుటకును నిర్ణయించుకొని బజాన క్రింద పది రూపాయలిచ్చినారు. గనుక ముట్టినవి.

"సింగరాజు లింగరాజు వ్రాలు" చాలునా?

పేర:- చాలుబాబు! చాలు! మచ్చు కోసం దాచిపెట్టి తేవలసిన మతలబు! (అని రసీదు తీసుకొని పురుషోత్తమరావుగారి కిచ్చును.)

పురు:- బావగారూ! మాకిఃక సెలవా?

లింగ:- చిత్తము, చిత్తము. తాతగారు పిల్లపేర వ్రాసి యిచ్చిన దస్తావేజొకసారి పంపెదరా?

పురు:- అభ్యంతరమేమీ? అట్లే పంపెదను.

(తెరపడును)

ఇది తృతీయాంకము

చతుర్థాంకము

మొదటి రంగము

(ప్రదేశము: పురుషోత్తమరావుగారి లోపలి చావడి.)

కమ:-(కాగితము చుట్టి కట్టిన ఛాయాపటము పట్టుకొని ప్రవేశించి) ఎప్పుడో మేడమీఁదినుండి యేమఱుపాటుగఁ జూచుటయేకాని సూటిగ నెన్నఁడుఁ జూచియుండలేదు. అందువల్ల ముందు నేను జూచి ఆవెనుక నక్కకుఁ జూపెద. (అని కట్టువిప్పి; పటమును బయికి దీసి, పరికించి) సెబాసు! చేసికొన తగ్గవాఁడే.

ఉ.కన్నులు చాల పెద్దయవి; కన్బొమలుం గడుఁదీర్చి దిద్దిన
ట్లున్నవి; నోగయై తనరుచున్నది నాసికయున్, లలాట మ
త్యున్నతమై యెసంగుఁ; గురు లొత్తినియే యనవచ్చు; జాలు నీ
వన్నెయు నన్నిటం దగినవాఁడె లభించెను నేఁటి కక్కకున్.

(బిగ్గఱగా) అక్కా! అక్కా! ఒక్కసారి యిటు వచ్చితివా- నీకొక చక్కని తాయము చూపెద!

కాళిం:-(చరాలునఁ బ్రవేశించి) ఏమా తాయము?

కమ:-(పటము దాఁచి) ఒకచిత్రము చూపిన నా కేమిచ్చెదవే?

కాళిం:-అబ్బా? చంపక అదేమో చెప్పవే?కమ:-చెప్పితినిగా చిత్రమని.

కాళిం:-ఎవరి చిత్రము?

కమ:-బావది!

కాళిం:-ఏ బావది?

కమ:-ఇంకేబావ! అయిదువేల అయిదువందల బావ! ఇదుగో చూడు! (అని పటమును జూపఁబోవును.)

కాళిం:-(తొలఁగి) చాలు, చాలు! చూడనక్కఱలేదు! కొంపతీసి చూచినందులకుఁ గూడ సుంక మీయవలె నేమో!

కమ:-సుంక మిచ్చి యైనఁ జూడఁదగిన యందమే యక్కా!

కాళిం:-అందమున కేమిలే అయిదువేల అయిదువందల కిమ్మతుగల బొమ్మ కాపాటి యందమైన నుండకుండునా?

కమ:-అంతబెట్టు కూడ దక్కా! అఱకంట నైన నీయంద మొక్కసారి చూడుము! (అని మరలఁ పటమును జూపఁబోవును.)

కాళిం:-(త్రోసిపేసి తప్పించుకొని) అబ్బా! అంతకంతకు నీ యాగడ మధిక మగుచున్నది సుమా! అంత యందగాఁ డని తోఁచినచో హాయిగ నీవు పెండ్లియాడుము!

కమ:-ఔ నౌను! ఎక్కడను మగఁడు దొరకని యెడల నక్కమగఁడే దిక్కను సామెత యుండనే యున్నది గదా? ఇరువురము నింటఁ బడి తిని, ఇచ్చిన సొమ్మునకు వడ్డీయైనఁ గిట్టించుకొందము.

కాళిం:-లేదా యిరువురము నీళ్ళబిందెలు మోసి యింటి వెచ్చమయినఁ గడుపుదుము.

కమ:-హాయి హాయి! ఆముక్క యందముగా నున్నదే!

కాళిం:-సరి కాని ఆ పటము నీకెట్లు వచ్చినది?

కమ:-శుభలేఖలలో వేయించుటకై మొన్న మన ఫోటోలు తీసిన నరేంద్రునిచేత నాన్నగారు తీయించినా రఁట.

కాళిం:-వ్యవహార మప్పుడే శుభలేఖల వఱకు వచ్చినదా?

కమ:-రాదా మఱి, ముహూర్త మింక మూడు వారములే గదా యున్నది? అరుగో నాన్నగారు వచ్చుచున్నారు.

కాళిం:-(ఒక నిట్టూర్పు విడిచి, లోపలికి జక్కఁబోవును.)

పురు:-(చరచర చావడిలోనికి వచ్చును)

కమ:-నాన్నగారు! నరేంద్రుఁ డీ ఫోటో యిచ్చి వెళ్ళినాఁడు.

పురు:-(చూచి) సరే, నీయొద్ద నుంచుము. మీయమ్మ యేమి చేయుచున్నది? (అని పడకకుర్చీలోఁ కూలఁబడును.)

కమ:-ఇదిగో యిచ్చటికే వచ్చుచున్నది. (అని నిష్క్రమించును.)

భ్రమ:-అదే మట్లున్నారు? ఎక్కడికి వెళ్ళినా రింత సేపయినది? పురు:-ఎక్కడికని చెప్పుదును? ఊరంతయుఁ దిరిగి వచ్చినాను!

భ్రమ:-అంత త్రిప్పుట కిప్ప డవసర మేమి వచ్చినది? కమల సంగతి ప్రస్తుతము కట్టిపెట్టఁ దలఁచితిమిగా?

పురు:-అందులకుఁ గాదే, అప్పుకొఱకు. కట్నమునొమ్ము ముందు పంపినగాని కార్యసన్నాహ మారంభింపమని లింగరాజుగారు వర్తమాన మంపినారు. అందుచేత, బదులుకొఱకు బయలు దేరినాను.

భ్రమ:-ఎక్కడనూ జూడలే ది దెక్కడి పద్ధతి? కట్నమన, కళ్యాణ సమయమున నిచ్చునదికాని లంచమువలె, రహస్యముగా నింటికిఁ దీసికొనిపోయి యిచ్చునదియా?

పురు:-లింగరాజుగారి సంగతి యెఱిఁగియు పెట్టిపడెదవేమి? అయిన నీ పాడుపని యందఱిలో జరుగుటకంటె నిదే మేలు.

భ్రమ:-అందుల కిప్పు డయిన పని యేమి?పురు:-అప్పు బుట్టుట యెంతకష్టమో అది తెలుసుకొనుట యైనది.

సీ.మానాభిమానముల్ - మాపుకో వలయును
　విసుగును గోపంబు - విడువ వలెను
సమయంబుఁ గనిపెట్ట - సంధింప వలయును
　త్రిప్పిన ట్లెల్లను - దిరుగ వలెను
నీవె దేవుఁడ వని - సేవింప వలయును
　ఇచ్చకంబుల మురి-యింప వలెను
బ్రోకరు రుసుమును - టొడిగింప వలయును
　దరి గుమాస్తాగానిఁ - దనుప వలెను

నాల్గురె ట్లేని యాస్తిక-న్నబుప వలెను
వడ్డి యెం తన్నఁ దలయొగ్గ - వలెను; షరతు
లేమి కోరిన శిరసా వ-హింప వలెను
పుట్టునెడ నప్పటికిఁ గాని - పుట్ట దప్పు.

భ్రమ:-ఇంతకు, మన కెచ్చటనైనఁ బుట్టినట్లా?

పురు:-పుట్టినచో నీ పురాణ మంతయు నెందులకు? ఆ పదియెకరముల భూమిమీఁదను అయిదువేలకంటె నిచ్చువా రగపడలేదు. భ్రమ:-మనకుఁ గావలసిన దెంత?

పురు:-అయిదువేల యైదువందల కట్నము గదా? ఆమీఁద వానికొక యైదువందలైనఁ గావలయును గదా? ఎటు చూచిన మొత్త మేడువేలయిన లేకున్నఁ గార్యము జరిగి గట్టున బడలేము.

భ్రమ:-అందుల కేమి యాలోచించినారు?

పురు:-అయినమట్టున కమ్మివేయుటకు నిశ్చయించుకొన్నాను. కాని యదిమాత్ర మంత పయిపయి నున్నదా? అమ్మబోయిన నడవి, కొనబోయిన కొఱవి యన్నట్లు యేడువేల యైదువందలకన్న నెవ్వని యేఁగాని పెట్టువా రగపడలేదు. పాపము పేరయ్యగా రీవిషయమునఁ బడుచున్న పాట్లకు మేరలేదు.

భ్రమ:-అరుగో మాటలోనే యాయనయు వచ్చినారు.

పేర:-(వగర్చుచు బ్రవేశించి) బాబూ, తమవద్ద శలవు పుచ్చుకొని యింటికి వెళ్ళేసరికి అదృష్టవశాత్తూ మా అల్లుడీపూట రైల్లో వూడిపడ్డాడు. సందర్భవశాత్తూ ఇతనితో సంగతంతా చెప్పవలసి వచ్చింది. అతగాడు విని విని "మాఁవా; అటువంటి గృహస్థుల కీలాటి సమయములో అడ్డుపడడం కంటె కావలసిం దేమిటి? ఇంకో అయిదువందలు వేసి ఆపొలం నాపేర వ్రాయించం" డన్నాడు. ఆపాటున బ్రతుకుజీవుడా అని ప్రాశన కూడా చెయ్యకుండా పరుగెత్తుకు చక్కావచ్చాను. ఏమి శలవు?

పురు:-సెలవున కేమున్నది? చెడి యమ్ముకొన్నను బదియెకరములకుఁ బదివే లయిన రాకపో వనుకొన్నాను. ఎక్కడను టెక్కనప్పు డేమి చేయఁగలము? పోనిండు, అన్యులకుఁ బోవుటకంటె, మీ యల్లున కగుట నాకధిక సమ్మతము. దస్తావేజు వ్రాయుంపుఁడు.

పేర:-దస్తావేజు వ్రాయించడమే కాదు, తక్షణం రిజిష్టరీ కూడా కావాలి. ఏమో అతగాడికి మళ్ళీ యేంబుద్ధి పుట్టునో యెవరు చెప్పగలరు? క్షణంలో దేవతార్చన చేసుకొని చక్కావస్తాను. తమరుకూడా భోజనంచేసి, దానికి సంబంధించిన కాగితాలన్నీ తీసి వుంచండి. శలవు. (అని పోవుచుఁ దనలో) అదృష్టమనగా యిదీ అధమం రెండువేలయినా లాభిస్తాయి. ప్రస్తుతం అల్లుడుపేర వ్రాయించి, పదిరోజులు పోయాక ఫిరాయించుకుంటాను. [నిష్క్రమించును] పురు:-ఏమే స్నానమునకు లేవ వచ్చునా?

భ్రమ:-లేవ వచ్చును గాని, యీ పదియెకరముల భూమియుఁ బోయినచో నిఁక మన బ్రతుకు తెర వేమిటి?

పురు:-పెట్టిదానా! యెంత మాటాడితి వే!

సీ.కూలి నాలియు లేక - కుడువ తోవయు లేక
మలమల పస్తులు - మాడువారు
ఇల్లు వాకిలి లేక - యిల్లాలు లేక, యే
చెట్టు నీడనొ నివ-సించువారు
పయిని పాతయు లేక, - పండఁ జాపయు లేక
వడవడఁ జలిలోన - వడకుఁవారు
కాళ్ళుఁ గన్నులు లేక, - కదల మెదల లేక
దేవుఁడా! యనుచు వా-పోవువారు

కలరు మనదేశమునఁ గోట్ల - కొలఁది నేఁడు
వారినెల్లర నెపుడుఁ గ-న్నారఁ గనుచు
పందలంబోలె మన మికఁ - బ్రతుకు టెట్టు
లనుచుఁ జింతింప వచ్చునే - యజ్ఞురాల!

భ్రమ:-నిజమే, నిజమే!

సీ.ఊతిలోఁ గప్పను - రక్షింపఁగల తండ్రి
బొరియలోఁ జీమను - బ్రోచు తండ్రి
గంగలోఁ జేఁపను - గాపాడఁగల తండ్రి
మంటిలో నెఱ్ఱను - మనుచు తండ్రి
పుట్టలోఁ జెదలను - బోషింపఁగల తండ్రి
కలుగులో నెలుకను - గాంచు తండ్రి
నాభిలోఁ గ్రిముల క-న్నము పెట్టఁగల తండ్రి
పేడలోఁ బురుగును - బెంచు తండ్రి

భూజములకెల్ల నీరము - పోయు తండ్రి
శిశువుతో స్తన్యముం దయ - సేయు తండ్రి

దయయె స్వస్వరూపంబుగాఁ - దనరు తండ్రి
మనలఁ బోషింపఁడే పెట్టి-మాట గాక!

(తెర పడును.) == చతుర్థాంకము = =

రెండవ రంగము

(ప్రదేశము: పురుషోత్తమరావుగారి లోపలి చావడి.)

(ప్రవేశము: భ్రమరాంబ, కాళింది.)

భ్రమ:-అమ్మాయీ! యీ పూఁట నీ వన్నమునకు రాలే దేమి?

కాళిం:-ఆఁకలి లేకమ్మా!

భ్రమ:-అ దేమే ! యేపూఁట కాఁపూఁట యాకలి లేదని మొదలు పెట్టినావు. పెండ్లి తలపెట్టఁగానే పెండ్లికూఁతుల కెక్కడలేని కళయు వచ్చును. నీవే మిట్లు నీళ్ళు కారుచున్నావు?

కాళిం:-అమ్మా! అడిగితివి కనుకఁ జెప్పుచున్నాను. ఈ పెండ్లి నాకిష్టము లేదే!భ్రమ:-అ దేమీ? ఆ పెండ్లికొడుకు నచ్చలేదా యేమిటి?

కాళిం:-పెండ్లికొడుకు కాదు, పెండ్లియే నచ్చలేదు.

ఆ.మీకుఁ గులము లేద? - మాకు రూపము లేద?
యింత దైన్యమునకు - హేతు వేమి?
కట్న మిచ్చి వరుని - గడియించుకొనుకంటె
జిన్నతనము వేఱె - యున్న దమ్మ?

భ్రమ:-ఇంతియే కద, యీ దురవస్థ యిపుడు మనకే పట్టినదా?

ఉ.కొంచెముపాటి వారలను - గొంపలు గోడులు నమ్మియేనియున్
సంచులు చంకఁ బెట్టుకొని - సంతకుఁ బోయినయట్లుఁ బోయి శో
ధించి బిగించి తండ్రులు వి-ధించిన విత్తము ముందె చేతిలో
నుంచియ కాదె తెచ్చుకొను-చుండిరి కూఁతుల కిప్డు భర్తలన్.

కాళిం:-అగుఁ గాక. మనముకూడ వారినే యనుసరింపవలెనా?

గీ.అడుగువారికిఁ బాప భ-యంబు లేక
యిచ్చువారికి సిగ్గును - సెగ్గు లేక
నడచుచున్నట్టి వర శుల్క - నాటకమున
నకట! మనమును బాత్రల - మగుట తగునె?

భ్రమ:-కాక చేయవలసిన దేమి?

ఆ.అప్పుకన్నఁ నల గ-యావళీ దక్షిణ
కన్న, పన్ను కన్న - గన్నతండ్రి
తద్దినంబుకన్న - తప్పనిసరి యయి
యున్న దిపుడు కట్న - మన్ని యెడల.

కాళిం:-అమ్మా! అ దేమన్నమాట?

చ.తిరముగ నింటిముందుఁ బెను-దేవళముండఁగ మ్రొక్కుబళ్లతోఁ
దిరుపతి కేగినట్లు కుల-దీపకు లెందఱొ లేమిచే వివా
హ రహితులై కనంబడెడు - నప్పుడు వారిని రోసి కట్నమే
పరువుగ నెంచువారికయి - పర్వు లిడం బనియేమి వచ్చెనే?

భ్రమ:-తెలివిమాలినదానా! నీవిప్పటి దేశకాలపాత్రముల సంగతి తెలియక మాటాడుచున్నావు!

ఆ.పిండిబొమ్మ యైనఁ, - బిల్ల నిచ్చెద మనఁ
గానె చేయిచాచుఁ - గట్నమునకు;
ఇట్టితరిని గట్న - మీయకుండఁగఁ బుస్తె
కట్టువరుఁడు జగతిఁ - గానఁ బడునె?

కాళిం:-పోనిమ్ము. లోకమంత గొడ్డుపోవునప్పు డీలొచ్చు పనికంటె వివాహమే విసర్జింపఁ గూడదా?

గీ.కట్నమే కోరి వచ్చిన - ఖరముతోడ
తగుదునని కాఁపురము సేయు - దానికంటెఁ
బెండ్లియే మానుకొని మగ-బిడ్డ వలెనె
తల్లిదండ్రులకడ నుంట - తప్పిదంటె?

భ్రమ:-అవివాహితయగు నాఁడుబిడ్డ యింటనుగల తల్లి యవస్థ అమ్మా! నీకిపుడేమి తెలియును?

సీ.పెరవారి పిల్లకు - వరు డేరుపడె నన
మనపిల్ల కెవ్వడో - మగఁడటంచు
పరుల పిల్లల పెండ్లి - పరికించు నపుడెల్ల
మనపిల్ల కెప్పుడో - మను వటంచు
ఎదుటి యింటికి నల్లుఁ - డేతెంచినపుడెల్ల
మనయల్లుఁ డెపు డింట - మసలు ననుచు
పొరుగింటి పిల్ల కాఁ-పురము విన్నపుడెల్ల
మనపిల్ల కెట్టిద-ట్టునో యటంచు

ఆఁడుబిడ్డ జనించుటే - యాదిగాను
బుస్తె మెడ బడువఱకు మా-పులును బవలుఁ
గుడుచుచున్నను గూర్చున్నఁ - గునుకుచున్నఁ
దల్లి పడుబాధ తెలుపఁగఁ - దరమె బిడ్డ?

కాళిం:-అమ్మా! యిన్ని బాధలు పడి పెంచిన బిడ్డను ఇట్టి లంచగొండులకుఁ గట్టబెట్టుటకంటె నవమాన మిం కేమున్నదే?

భ్రమ:-అయ్యవమాన మాలంచ మాసించు వారికిఁగాని మనకేమి?

కాళిం:-అదేమన్నమాట?

గీ.త్రాగువా రుంట చేతనే - తాళ్ళగీత;
కొనెడువా రుంట చేతనే - గోవుల వధ;

పోవువా రుంట చేతనే - భోగవృత్తి;
అట్లె, ప్రోత్సాహమే హేతు - వన్నిటికిని.

భ్రమ:-(వినుట నభినయించుచు) ఆఁగు మాఁగుము. అదిగో! మీ నాన్నగారు కావలయును దలుపు తట్టుచున్నారు. ఆఁ! వచ్చె వచ్చె. (అని నడచి తలుపు తెఱచుట యభినయించును.)

పురు, పేర:-(ప్రవేశింతురు.)

భ్రమ:-వెళ్ళిన పని యైనదా?పేర:-అవడంలో అఖండ దిగ్విజయంగా అయింది. ఆ రిజిష్ట్రారు ముండాకొడుకు చేతులో అయిదురూపాయల నోటూ పెట్టగానే, అదివరకు వచ్చినవార్నందర్నీ వెనకబెట్టి అరగంటలో తేల్చేశాడు.

పురు:-పెండ్లికొడుకు ముడుపు పేరయ్యగారిచేతఁ బంపివేయ మనెదవా? అదేమి నీ వట్లున్నావు?

భ్రమ:-కాళింది నా కీ పెండ్లి వల దని కావలసినంత గందరగోళము చేయుచున్నది! ఏమి చెప్పినను దానితల కెక్కుట లేదు!

పురు:-అదేమీ?

భ్రమ:-కట్న మిచ్చి వరునిఁ దెచ్చుకొనుట గౌరవహీన మని. ఆనవాయత లట్టిపోవునా? మీ పోలికలు పుణికి పుచ్చుకొన్నందులకు మీ తిక్కయే దానికిని బట్టుకొన్నది!

పురు:-నాతిక్క నాబిడ్డలకుఁ గూడ నంటుకొనుట నా కానందమే కాని, భగవంతుఁడు ప్రతికూలుఁ డయినందున మాతిక్కతీఱు మార్గము మాత్రమే లేకపోయినది! ఏదీ యెక్కడనున్న దొక్కసారి యిటు పిలువు.

కాళిం:-(తలవంచుకుని ప్రవేశించి) ఇదిగో యిక్కడనే యున్నానండి.

పురు:-(దగ్గఱకుఁ దీసికొని, తల నిమురుచు) అమ్మా! మీయమ్మతో నేమో యన్నావఁ టేమిటి!

కాళిం:-అమ్మతో నన్నమాట మీతోఁగూడ ననుటకే వచ్చినాను. నాన్నగారు! నాయెడ మీకు నిజముగాఁ బ్రేమ యున్నదా?

పురు:-అమ్మా! నీ కట్టి సందేహ మేల కలిగినది?కాళిం:-ఉన్న యెడల -

ఆ.కూఁతు రనుచుఁ బరుల - చేతిలోఁ బెట్టక
కొడు కటంచు నన్నుఁ - గొంపలోనె

యుంచుకొనుఁడు, మీరు - పెంచ లేకున్నఁ, గ
ష్టించి మిమ్ము నేనె - పెంచు దాన.

పురు:-(గడ్డము పుడుకుచు) వెట్టితల్లీ! బిడ్డను బెరవారి కిచ్చుట ప్రేమలేక కాదు. మఱే మందువా!

ఆ.ఆఁడుబిడ్డ యెపుడు - నన్యుల సొత్తౌట
దానివారికడకు - దానిఁ జేర్చు
భారమెల్లఁ దండ్రి-పై నుండుఁ గావునఁ
దండ్రి ఱాతిగుండెఁ - దాల్ప వలయు!

కాళిం:-నాన్నగారు! నా కీ పెండ్లి యెంతమాత్రము నచ్చ లేదు! ఎందుచేత నందురా?

గీ.కట్న మర్పించి వరునిచేఁ - కంఠమునకుఁ
బుస్తె కట్టించుకొని తృప్తిఁ - బొందుకంటెఁ
దనకుఁ దానుగ ముప్పేట - త్రాటితోడఁ
గంఠమున కురి యిడుకొంటె - గౌరవంబు!

పురు:-(చటాలున గౌఁగలించుకొని) నాతల్లీ! నాతల్లీ! నా కడుపునఁ బుట్టి, నాకు బుద్ధి చెప్పగలదాని వైనందులకు, నా యాయువు గూఁడ బోసికొని బ్రతుకుము!

చ.సొరిదిగ హెచ్చుచున్న వర-శుల్క విపద్దశ మాన్పఁబూని, బి
ట్టఱచితి వేదికాస్థలుల, - నాడితి బెక్కు సభాంతరంబులం,
బఱబఱ వ్యాసముల్ బరికి - పత్రికలం బ్రచురింపఁ బంపితిన్,
హరహర! నీదుపాటి తెగు-వైనను లేక భ్రమించితిం దుదన్!

భ్రమ:-సరి సరి! చక్కఁగానే యున్నది! దాని పాటకు మీరు తాళముగూడ మొదలు పెట్టినారా?

పురు:-తాళమును లేదు, తప్పెటయును లేదు గాని, దాని నేమియు ననక, తగుమాటలతో నచ్చజెప్పుము.

కాళిం:-నాన్నగారూ! నాకీ యేహ్యకృత్య మేమాటల చేతను నచ్చదు. నాయెడ నిజముగ దయ కలదేని నాపలుకులను బాటించి, ఈ యవమానపు వివాహప్రయత్న మింతటితో విరమింపుఁడు, లేదా ... (అని, పైమాట రాక, యేడ్చుచుఁ గాళ్ళపై బడును.)

పురు:-(లేవనెత్తి) అయ్యో తల్లీ! నే నేమి చేయుదును? ఆఁడుపడుచు అవివాహితయై యింటఁబడి యున్న, అపనిందల పాలు గాదా?

ఆ.లోటు లేనియెడనె - లోపంబు కల్పన
చేసి, దానఁ దుష్టిఁ - జెందు జగము!

ఇఁక రవంత లోప - మే నిక్కముగఁ గాన
వచ్చె నేని బ్రతుక - నిచ్చు నమ్మ?

కాళిం:-అయ్యయ్యో, మీరుఁ గూఁడ న ట్లనెద రేమి? నా కింగ్లీషు చెప్పిన దొరసానికి నలుబదియాఠేం డ్లున్నవి. ఇప్పటికిఁ బెండ్లి లేదు. ఆమె యేమి యపనిందలపా లైనది?

భ్రమ:-సరే యిఁక నేమీ, చక్కని యుపమానమే దొరకినది. ఆమెకును మనకును గల యంతర మేమో తెలియునా? మన దేశములో, నాఁడుది యాఁడుదే, మగవాఁడు మగవాఁడే. అక్కడనో, ఆఁడుది మగవాఁడు, మగవాఁ డాఁడుది. తెలిసినదా? ఈమంకుతన మిఁకఁ జాలును గాని, ఈపాటికి లోపలికి బోవుదము రమ్ము. (అని బలవంతముగాఁ గాళిందిని దీసికొని పోవును.)

పురు:-పేరయ్యగారూ, విన్నారా సంగతి?పేర:-విన్నాను బాబూ, విన్నాను. ఏమిటో యెఱిగి ఎఱగని పిల్లలకేం తెలుస్తాయి కష్టసుఖాలు.

పురు:-ఇప్పు డే మని మీ సలహా?

పేర:-తమకు నేను సలహా చెప్పాలా. అయినా దీని కంత సలహాతో ప నేముంది? కట్నంసొమ్ము పంపిపేసినట్లు తెలిస్తే, కార్యం లేదని ఆ చిన్నదే వూరుకుంటుంది. ఆ కాస్తముడి పడిందా పెనిమిటి బెల్లమే అవుతాడు.

పురు:-అట్లయిన నిఁక నాలస్య మెందులకు? ఇదిగో సొమ్ము. ఇచ్చి చక్కరండు. (అని నోట్లు లెక్కపెట్టి) బజానాక్రింద నిచ్చిన పదిరూపాయలు మినహాయింతమా?

పేర:-ఆ బ్రాహ్మడు నోట్లకు మారకం అడక్కుండా విడిచిపెడతాడా? ఆ పదిరూపాయలూ అందుక్రింద సరిపుచ్చుతాను.

పురు:-అట్లే కానిండు. (అని నో ట్లిచ్చి) మీ రొకసారి చూడుడు.

పేర:-(లెక్కచూచి) అయిదువేల అయిదువందలూ సరిగావున్నాయి. ఈదారినే వెళ్ళి యిచ్చివేసి, ముట్టినట్టు ముక్కకూడా వ్రాయించుకు వస్తాను. శలవు. (అని కొంచ మీవలకు వచ్చి) బ్రతుకు జీవుడా, బ్రాహ్మడు పప్పులో అడుగువేస్తాడేమో అని ప్రాణాలు కొట్టుకొన్నాయి. లేచిన వేళ మంచిది. అయినా, ఆడపిల్ల నింత హద్దుమీరనివ్వ గూడదు. అందుకనే ఆడపిల్లలకు చదు వంటే, నాకరికాలుమంట నెత్తి కెక్కుతుంది. వెనక నోసారి వెంకిముండ, ప్రక్కయింటి పిల్లతో బళ్ళోకి వెళ్ళడానికి సిద్ధపడితే నేనేం చేశాను, స్తంభానికికట్టి చావగొట్టాను, అక్కడితో ఆరోగం వదలి అయిదుగురు బిడ్డల త ల్లయ్యింది. (అనుకొనుచు నిష్క్రమించును.)

పురు:-(రవంత నడయాడి) ఔరా! దురదృష్టము.

చ.కరమును నీతిబాహ్యములు కట్నపుఁ టెండిళు లంచు సుద్దులం
గురిసెను నిన్నదాఁక, దన కూతుఁ వివాహముపట్ల నేఁడు కి
క్కురు మనకుండఁ గాళ్ళకడ కు న్నడిపించెను గట్న మంచు న
ల్గురు నను(గూరిచి లేవిడులు గొట్టెడు యోగముపట్టె నే మనన్?

(తెరపడును.) ఇది చతుర్థాంకము.

పంచమాంకము

ప్రదేశము: కాళిందీ కమలల గది.

కాళిం:-(విచారముతోఁ బచారు చేయుచు) కటకటా! కట్నము కాళ్లకడకుఁ బంపుటకూడ జరుగునపు డిఁక గార్య మేమున్నది?

ఉ.తెల్లముగా మనోగతము - తెల్పిన, నేడ్చిన, మొత్తుకొన్న, నా
తల్లికిఁ దోఁచదాయె నిది - తప్పిదపుం బని యంచు! దండ్రియుం
జల్లఁగ గ్రిందిమెట్టునకు - జారి ననుం గమనింప డాయె! నన్
జెల్లని డబ్బుక్రింద నిటు - చేసితి వేమిటి కయ్య దైవమా!

ఔరా! ఆఁడుదానిబ్రతు కెంత యలసుబ్రతు కైనది!

ఉ.లేదు స్వతంత్ర మొక్క లవ-లేశము కూడ, నొకంతయేనియున్
లేదు, యధార్థ గౌరవము - లే దొక యింతయు మెప్పు, పెండ్లియే
కాదు గృహంబు లమ్ముకొని - కట్నము లర్పణ సేయకున్న నీ
మాదిరి నాఁడుపుట్టు వవ-మానపుఁ బుట్టువు క్రింద నేర్పడెన్.

ఇంతకును మూల మిప్పుడు నేను జేయవలసిన దేమిటి?

గీ.పయిక మాశించి దిగిన య-బ్బాయిచేత
బొందు కట్టించుకొని తృప్తిఁ - బొందఁ దగున?
తల్లిదండ్రుల నెదిరించి - తగవు పెంచి
మొండికెత్తినయట్లు కూ-ర్చుండఁ దగున?

కమ:-అక్కా! అక్కా! యీయాశ్చర్యము విన్నావా? (అని యఱచుచు వార్తాపత్రిక చేతఁ బట్టుకొని, చరచరఁ బ్రవేశించును.)

కాళిం:-ఏమి టది?

కమ:-ఇదిగో చదివెద వినుము. "ఓరుగల్లులో నొక యువతి యొక యువకుని వరించెను. ఆ యువకుఁ డాఱువేలు కట్నమిచ్చినఁ గాని యామెను బెండ్లి యాడ నని నిరాకరించెను. ఆమె తలిదండ్రులా విత్త మీయలేక, అన్య సంబంధమును సిద్ధపఱిచిరి, ఆయువతి ఆయువకుం దక్క నన్యుని బెండ్లియాడుట కిష్టములేక, యారాత్రి విషపానము చేసి మరణించెను! ఈ వరశుల్కముల ఫలిత మింతవఱకు వచ్చినది."

కాళిం:-సెబాసు! చాల చక్కనిపని చేసినది!

గీ.పుట్టినప్పుడె లిఖియించు - గిట్టు మనుచు
సకల జీవుల నొసటను - జలజభవుఁడు,
ఇట్టిచో నంతరాత్మ స-హింపని పని
కొడఁ బడుట కంటె జచ్చుటే - యుత్తమంబు.

కమ:-అట్టిసాహస మందఱకు నలవడుట యెక్కడ కాని, అమ్మ యన్నమునకుఁ బిలుచుచున్నది పోవుదము రమ్మ.

కాళిం:-నాకింకను నాఁకలి యగుట లేదు. నీవు పోయి భుజింపుము.

కమ:-అయ్యో! నీయాకలి అక్షయము కాను! ఇప్పు డెంత ప్రొద్దుపోయినదో యెఱుఁగుదువా? నాన్నగారు భోజనముచేసి, నారాయణ దాసుగారి హరికథలోనికి వెళ్ళినారు. అమ్మ మనకొఱ కట్టెయున్నది.

కాళిం:-సరే కాని, యొక్కమాట, ఇంట నిప్పుడు సొమ్మేమియులేదు గదా, యీ కట్నపుసొ మ్మెట్లు వచ్చినదో నీకేమేని తెలియునా?

కమ:-పోతునూరులోని పొల మమ్మివేసినారు.కాళిం:-శ్రీరామ రామా! చివర కిదికూడనా?

కమ:-ఏమి చేయమనెదవు? ఈ దినములలో బిడ్డలం బడయుట యిందులకుఁ గాక మ ఱెందుల కని నీ యభిప్రాయము?

ఆ.కొడుకు పుట్టి చదువు - కొఱకుఁ దాతలనాటి
మడులు మాన్యములును - దుడిచివేయ;
కూఁతు రవతరించి - కొంపలుం గోడు ల
మ్మించుచుండెఁ బెండ్లి - లంచములకు.

కాళిం:-నిజమే! నిజమే! అదిగో అమ్మ పిలుచుచున్నది. వెళ్ళు.

కమ:-నీవుకూడ రమ్ము.

కాళిం:-నా కాకలి లేదని చెప్పలేదా? తలకూడ నొచ్చుచున్నది. తక్షణమే పండుకొనినగాని తగ్గదు. (అని తివాచిపైఁ గూలఁ బడును.)

కమ:-సరే, నీ యిష్టము! (అని నిష్క్రమించును.)

కాళిం:-హరహరా! ఆ పదియెకరములు విక్రయించి, అల్లునకుఁ జెల్లించుచుండిరిగదా ఆవల వీరిగతి యేమికావలసినది. మా ప్రాణముల కుసూరు మనుచు మలమల మాడవలసినదేనా? ఈమాట వినికూడ నేనీ దుర్న యకార్యమున కెట్లు సిద్ధపడుదును? దైవమా? యిందుల కేదియు దారి యగ పఱుపవా? (స్మృతితో) అన్నట్లు దారికేమీ? అపురూపమైన దారి యా యోరుగంటి యువతి యగపఱిచియే యున్నది. ఆ దారిని నేను మాత్రమేల యనుసరింప గూడదు?

ఈశ్వరాదేశము కూడ నదియె కాకున్న ఈ పూఁటనె యావార్త యేల చెవిని బడవలెను? కమల యేమన్నది? "అట్టి సాహస మందఱకు నలవడుట యెక్క"డనియా? కాళిందీ? నీవీపాటి సాహసమునకుఁ గన్నులు మూసికొని సిద్ధపడలేవా? మానము కాపాడుకొన లేకున్న మానవతి యనిపించుకొనఁ గలవా? చెఱుపు నుండి మరలించిన దే స్నేహము, పాపరహితమైనదే పని, పుణ్యమార్జించినదే బుద్ధి, అనుభవించినదే యైశ్వర్యము, స్వాతంత్ర్యము కలిగినదే జన్మము, మర్యాద గాపాడుకొన్న వాఁడే మగవాఁడు, మానము దక్కించుకొన్నదే మగువ. ఇప్పుడు తప్పిన నీవిక నెన్నఁడును జావకుండ బ్రతుక గలవా?

ఏనాఁడు ప్రాణులు తల్లికడుపునఁ బడునో ఆనాడె మృత్యువుకూడ వెంట బడును. శిశువు పుట్టగానే, ముందు మృత్యువు ముద్దుపెట్టుకొని తరువాత దాదికిం బలెఁ దల్లి కిచ్చును. అట్టి స్థితిలోఁ జావున కంత సందేహింపవలసిన పని యేమున్నది? లెమ్ము. లేచి నీ తలిదండ్రుల కొక లేఖ వ్రాసి అవమానకరమైన నీ యాఁడుబొంది నింతటితో విడిచిపెట్టుము. (అని దిగ్గునలేచి, గది తలుపు మూసి) అవునుగాని ఆత్మహత్య అపకీర్తికిని, అధోగతికిని గూడ గారణముకదా. అట్టిపని చేయవచ్చునా? (క్షణ మాలోచించి) అయ్యో! నా మతికాల! నన్ను నేనే పొరపెట్టు కొనుచుంటినేమి? బుస్సీ కంటఁ బడనొల్లక బుగ్గియైన బొబ్బిలి వెలమ యాఁడువారి పోడిమి తగ్గినదా? రుస్తుంఖానుని వశమగుట కిష్టము లేక, రుధిరాంబరంబులతో నగ్నింబడి రూపుమాసిన పెద్దాపుర క్షత్రియాంగనల పెంపు సన్నగిల్లినదా? ఆయుధముచే నరులం బరిమార్చుట హత్యకాక, వీరధర్మ మగునప్పుడు, భర్తతో సహగమనము సలుపుట బలవన్మరణము కాక, పాతివ్రత్య మగునప్పుడు, అవమానమును దప్పించుకొనుటకై ప్రాణములను విడుచుట ఆత్మారాధనముకాక ఆత్మహత్య యెట్లగును? కాదు ముమ్మాటికిని గాదు. ఈ త్యాగమువల్ల నా గౌరవము నాకు దక్కుటయె కాక తల్లిదండ్రుల

ధననష్టము కూడఁ దప్పును. (అని వ్రాతబల్ల కడకుఁ బోయి యుత్తరము వ్రాసి, మడిచి, బల్లపై నుంచి, లేచి)

ఓ గదీ! నీకొక నమస్కారము! ఓ శయ్యాదులారా, మీకు సాష్టాంగ ప్రణామములు. (రాట్నము కడకుఁ బోయి, ముద్దు పెట్టుకొని) నా ముద్దుల రాట్నమా! యింతటితో నీకును నాకును ఋణము సరి. గడియారపు ముండ్లవలె నీయాకు లెప్పుడును గదులుచునే యుండుగాక! నీ మధురగాన మెల్లప్పుడు నిఖిల దిశలయందును ధ్వనించుచునే యుండుగాక! కడపటి సేవగా నిన్నొకసారి కదిపి మఱిపోయెద! (అని రాట్నము త్రిప్పి నూలు తీసి) ఈ బారెఁడు పోగును నాభక్తికి నిదర్శనముగాఁ బ్రపంచమున నుండుఁగాక!

(అంతట తెరయెత్తగా పెరడును, బావియు గోచరించును.)

(అటు నిటు జూచుచు, మెల్లఁగాఁ బెరటిలోని కరిగి) నా కంటె ముందు పుట్టిన నవమల్లికా! నమస్కారము. కమలయు, నేనును గష్టపడి పెంచిన చేమంతులారా! మీకుఁ జేమోడ్పు. (అనుచు బావి కడకుఁ బోయి)

ఓ పరమేశ్వరా, ప్రయోజనార్థమై నీవు ప్రసాదించిన యీశరీరము నిట్లు బావిపాలు చేయుచున్నందులకు మన్నింపుము. ఓ తలిదండ్రులారా, నన్నుఁ గని పెంచినందులకు మీ కివిగో నా కడపటి వందనములు. కాళింది యను కూఁతును గననే లేదనుకొనుఁడు గాని, గర్భశోకముచేఁ గృశింపకుఁడు! భరతమాతా, ప్రణామములు. తల్లీ, నీవే నిర్భాగ్యస్థితిలో నుండునప్పుడు నీ తనయల కేమిదారి చూపఁగలవు? ఓ పాలకులారా, మీ పన్నుల గొడవయే మీది కాని, ఆపన్నులగు నాఁడుఁబడుచుల పన్నుల గొడవ మీ కక్కఱలేదు గదా! వంగరాష్ట్ర శిక్షాస్మృతులే కాని, వరశుల్క శిక్షాస్మృతులను గల్పింపరుగదా,

ఓ సంఘ సంస్కర్తలారా, ఉపన్యాసవేదికలపై నూఁదర గొట్టుటయేగాని, మీ రేకరుపెట్టు ధర్మములనైన మీ రనుష్ఠింప రేమి? పాచినోటనె కాఫీ, ప్రాతఃకాలము కాఁగానే క్షౌరము, మైల గుడ్డలతో తిండి, మదరాసు కాఫీ హోటళ్ళలో టిఫెను, ఇంటిలోఁగూడ నింగ్లీషు, బయటను గూడ పాడుమొగము, గొల్లవానిచేతి రొట్టె, గొడారువాని చేతి సోడా, స్వమతమునెడ రోత, స్వధర్మమునెడ విముఖత, పదవులకై ప్రాకులాట, బిరుదులకై పీకులాట, దాస్యమునకు ముందడుగు, త్యాగమునకు వెనకడుగు. ఇవితప్ప, యింతవరకు, సంఘమునందు మీరు ప్రవేశపెట్టిన సంస్కారము లగపడవేమి? ఓ దేశసేవా దురంధరులారా, ఈ కట్నముల దుర్నయమును గూర్చి మీ రించుకయు నాలోచింపరేమి? శుల్క మననేమి? సుంకము, సుంక మననేమి? పన్ను. ఈ పన్ను చెల్లించినంగాని బాలికలకు భర్తృయోగము లేదట, ఇంతకుమించిన యవమాన మింకేమున్నది? మీ బిడ్డల యవమానమును దప్పించలేని మీరు, మీ దేశమాత యవమానమేమి తప్పింపఁగలరు? మీయల్లుర

పన్నుల నడ్డుకొనలేని మీరు మీదొరతనమువారి పన్నుల నేమి యడ్డుకొనఁ గలరు? ఎన్నెన్ని సంసారము లేటఁ గలిసిపోవుచున్నవో యెఱుఁగుదురా! ఎందఱాఁడుబిడ్డల తండ్రులు ఏమిగతి దైవమా యని యెత్తుపడి యున్నారో చిత్తగించితిరా, కాసునకు గతి లేనివాఁడు, కడుపుచీల్చి కంచుకాఁగడాలతో వెదకిన గాసింత యక్కరముముక్క కానిపింపనివాఁడు, కన్యనిచ్చెద మనగానే, కట్నముకొఱ కెంత బిఱ్ఱబిగియుచున్నాడో గమనించితిరా?

ఆఁడుపడుచుల యవమానము ని ట్లలక్ష్యము సేయుచున్న దేశమున కయ్యయో, అన్నవస్త్రము లుండునా, ఓ మగబిడ్డలం గన్న యెయ్యారులారా, కొడుకు పుట్టినది మొదలు, కొండంత యాశతో, కలలో గూడ కట్నములనే పలవించు కలికాల పిశాచములారా, మీరు పుట్టినది మాత్ర మాఁడుపుట్టువు కాదా? ఆఁడపడుచు నిట్లవమానపరుచుట మిమ్మలను మీ రవమాన పఱచుకొనుటకాదా? ఇఁకనైన బుద్ధితెచ్చుకొని యీ దురాచారమును విడువుఁడు. విడువకున్న కాళింది యుసురు మీ కంఠములకు జుట్టుకొనక మానదు.

ఓయాఁడుబిడ్డలంగను నదృష్టహీనురాండ్రారా, ఆఁడుబిడ్డ పుట్టగానే ఆవలనైనఁ బాఱవేయుఁడు గాని, అడిగిన లంచమిచ్చి పుస్తె కట్టించి అవమానముపాలు మాత్రము చేయకుఁడు! చెల్లీ! కమలా! యిరువుర మొక కంచమునఁ దిని యొక మంచమునఁ బరుండి పెరిగినఁవార మగుటచే, నిన్ను విడిచి పోవుట నాకు నిజముగ దుస్సహముగానే యున్నది! తప్పనిసరియైనచో, నీవుఁగూడ నీదారినే యనుసరింపుము కాని, అవమానమున కొడంబడి, నీ యక్క కప్రతిష్ఠ మాత్రము కలిగింపకుము! ఓ శరీరమా! నీ యవమానమును దప్పించుటకై, నిన్ను విడనాడి పోవుచున్నాను! ఓ జీవితమా! నీకుఁ జిరకాలచింత లేకుండఁ జేయుటకై, నీ లెక్క ముగించుచున్నాను! ఏమి హృదయమా! యేమి చేయుచున్నావు? నీవు నిర్మలముగా నుండవలసిన నిముసమిదియే! సాహసమా! నీవు సాయపడవలసిన సమయ మాసన్నమైనది. పిఱికితనమా! నా దరికి రాకుము. దాక్షిణ్యమా! నీవు దవ్వులకుం బొమ్ము. మోహమా! నీవు మొద్దువలెఁ బడియుండుము. ధైర్యమా! నీవు దాపునకు రమ్ము. కన్నులారా! మీ కడసారి చూపులు కానిండు. (చీర చెంగులు బిగించుకొని, బావికి ప్రదక్షిణము చేసి) ఓ కూపమా! నా తొలిస్నానము నీ నీటితో నైనది. నా శరీరము నీ నీటితోఁ బెరిగినది. నా తుది స్నానము కూడ నీ నీటితోనె కావించి, నీవు పెంచిన శరీరమును నీకే సమర్పించుచున్నాను! (వినుట నభినయించి) అదిగో! ఆకాశవాణి న న్నమ్మాయీ ర మ్మని పిలుచుచున్నది. అమ్మా! ఇదిగో వచ్చుచున్నాను. హా! పరమేశ్వరా! (అని బావిలో పడును.)

ఇది పంచమాంకము.

షష్ఠాంకము

మొదటి రంగము

(ప్రదేశము: లింగరాజుగారి వ్యాపారపు గది.)లింగ:-(బల్లకడ, గూరుచుండి ప్రవేశించి) ఈ క్రొత్తగింజల దినములలోఁ, గోమట్లు బదుళ్ళకొఱకుఁ, గొంపచుట్టుఁ దిరిగెడివారు. ఈ యేఁ డింతవఱకు వచ్చి యడిగినవారే లేరు!

గీ.ఆస్తి కలిగి తీఱుప లేని - యప్పె యప్పు, నూఱు గొని వేయికై వ్రాయు - నోటె నోటు, పసిడి తాకట్టుపైనిచ్చు - బదులె బదులు, రోజువడ్డీలు వచ్చిన - రోజె రోజు.

ఘంట:-(వచ్చి) బాబూ! బట్టలు కొనుక్కుంటాను. జీతమిస్తారా?

లింగ:-నీ బట్టలు పాడు గాను! ఎందుకురా బట్టలు! గాంధి మహాత్ముని౯ జూడరాదా, గావంచా కట్టుకొని తిరుగుచున్నాఁడు.

ఘంట:-గాంధిగార్ని మెచ్చుకుంటారు గదా, ఖద్దరు కట్టరేం మీరు?

లింగ:-ఆవిషయములో, ఆయనకు మతి లేదురా! కట్టు కట్టు మనుటయే కాని, ఖరీదు తగ్గే సాధనము చూచినాఁడు కాఁడు.

ఘంట:-మీకున్న మతి ఆయనకు లేదు గాని నాజీతం మాటేమిటి?

లింగ:-ఆనక చెప్పెదఁ గాని అమ్మగా రేమి చేయుచున్నది?

ఘంట:-గదిలో కూర్చుండి కథలు చదువుకుంటున్నారు.

లింగ:-నిన్నా వైపునకు వెళ్ళవద్దంటిని గదా యెందులకు వెళ్ళినావు?

ఘంట:-బాగానే వుంది! యేవైపూ వెళ్ళక యెల్లాగండీ? ఆవైపుకు వెళ్ళితే అమ్మగార్ని కొరుక్కుతినేస్తానా? (అని నిష్క్రమించును.)

లింగ:-పెంకికుంక! పెడేలున నెంతమా టన్నాఁడో! అయినను, వాని ననవలసిన పనిలేదు! ఈడు కడచినవెనుకఁ బెండ్లి యాడిన బుద్ధిహీనుల కిట్టి చెప్పుదెబ్బలు తఱచుగా తగులుచునే యుండును!

సీ.ప్రాయఁ ముడిగి, యేండ్లు - పైఁ బడ్డ తరి, భ్రాంతిఁ
జెంది రెండవపెండ్లి - చేసికొనుట
ఆస్తి దాయాదుల - కగు ననుచింతచేఁ

బెరవారి బిడ్డను - బెంచుకొనుట
క్రొత్తలోఁ జూపు మ-క్కువ లెల్ల మది నమ్మి
అత్తవారింటను - హత్తుకొనుట
అప్పులవారిని - దప్పించుకొన సొత్తు
లితరులపేర వ్రా-యించి యిడుట
పుడమి, నీ నాలుగుఁ జాల - బుద్ధిమాలి
నట్టి పను లని పల్కుదు - రార్యులెల్ల
రందు, మూడవ పెండిలి - యాడినట్టి
బడుగునగు నన్నుఁ గూఱిచి - పలుకనేల?

బస:-(పత్రిక చేతఁ బట్టుకొని ప్రవేశించి) నాన్నా! ఆ సంగతి పత్రికలోఁగూడ పడినది సుమా!

లింగ:-ఏ సంగతి?

బస:-ఆపిల్ల బావిలోపడి చచ్చిన సంగతి. నాక్లాసు పిల్లలందఱు నిది చదివి, నన్నుఁ గాకులవలెఁ బొడుచుకొని తినుచున్నారు! పాడు కట్నము కొఱకు నీవెందుల కంత ప్రాకులాడవలెను నాన్నా?

లింగ:-ఓరి దామోదరుఁడా సర్వము విడిచిపెట్టిన గాంధికి స్వరాజ్యము కొఱ కంత ప్రాకులాట యెందులకురా?

బస:-ఆయన ప్రాకులాట యంతయు నాయన కొఱకా?

లింగ:-నా ప్రాకులాట మాత్రము నాకొఱకా? నీ తెలివి తెల్లవారి నట్లే యున్నది. కాని ఏది యేమి యేడ్చినాఁడో చదువు!

బస:-(చదువును) "మాపురమునందలి పుణ్యమూర్తుల పురుషోత్తమరావు పంతులుగారి కుమార్తెను లుబ్ధాగ్రేసర చక్రవర్తి యగు సింగరాజు లింగరాజుగారు తనకుమారునకుఁ జేసుకొనుటకై, అయిదువేల అయిదువందల రూపాయల కట్నము విధించి, యానొమ్ము, కార్యమునకు ముందే కాఁజేసిరి! కట్నపుఁ బెండ్లియెడ నిష్టము లేక కాళింది యను నాచిన్నది తల్లిదండ్రుల కొక యుత్తరమువ్రాసి తన బల్లపైనుంచి బావిలోపడి ప్రాణములు విడిచెను! ఆ యుత్తరమునం దున్నమాట లివి-

'నా ప్రియమైన తల్లిదండ్రులారా! నమస్కారములు! కట్నమిచ్చి తెచ్చిన వరునిచేఁ, గళ్యాణసూత్రము కట్టించుకొనుట గౌరవహీనమనియు - నా వివాహమునకై మీరు సర్వస్వము

సమర్పించుట నా క్షేమమునకును, మీ సౌఖ్యమునకును గూడ భంగకరమనియు భావించి - ఈ రెంటియొక్కయు నివారణమునకై నేనీ లోకమును విడిచిపోవ నిశ్చయించుకొని యీ జాబువ్రాసి యిచ్చటినుంచి యనుజ్ఞ తీసికొనుచున్నాను. అమ్మకాని, మీరుకాని, నాకై అణుమాత్రమును జింతింప వలదని ప్రార్థించుచున్నాను. మీ యిరువురుకును బునః ప్రణామములు. చెల్లెలికి ముద్దులు!

ఇట్లు విన్నవించు మీ యనుంగు పుత్త్రిక - కాళింది '

ఒక పౌరుఁడు"

లింగ:-(ఆగ్రహముతో) ఈ పౌరుఁ డెవ్వడో తెలిసికొని పరువు నష్టముక్రిందఁ బదివేలకు దావా పడవేయ వలసినదే! ఈ లుబ్ధిగానికి నేను లుబ్ధాగ్రేసర చక్రవర్తి నఁట. ఏమి పొగరు.

పేర:-(అంతలోఁ బ్రవేశించి) అంతమాట మి మ్మనగలవా డెవఁడు?

బస:-(లేచి చక్కఁబోవును.)

లింగ:-రావోయి పేరయ్యా రా! ఏమిటి విశేషాలు?

పేర:-(కూర్చుండి) ఏం చెప్పను? భ్రమరాంబగారి దుఃఖం పట్టలేకున్నాం.

లింగ:-అది సరేకాని ఆ చచ్చిన దెష్ట, ఆముడి కాసింతయు పడిన తరువాత నైన జచ్చినదికా దేమోయి?

పేర:-అవు నవును. అలా జరిగితే యీభూమీ దక్కి, యీ అయిదు వేలూ దక్కి యీపాటి కింకో అయిదువేలకు బేరం తగిలేది.

లింగ:-అదిగో అదే నాకు పట్టుకొన్న బాధ! చావునకేమి యెప్పుడైనఁ జావవలసినదే. రవంత సందర్భానుసారముగఁ జచ్చిన బాగుండెడిది! సరికాని యీసొమ్ముమాట యేమయిన వచ్చినదా?

పేర:-ఎందుకు రాదూ? ఆసొమ్ముకోసమే నేనిపుడు వచ్చింది.

లింగ:-అలాగుననా? అయితే, ఆసొమ్మంత మీఁదమీఁద నున్నదా? నేనెంత ప్రయత్నము చేసినానో యెంతైనదో యెఱుఁగుదువా?

పేర:-ఆ నష్టం మినహాయించుకుని మిగతసొమ్మే యివ్వండి!

లింగ:-ఇవ్వని యెడల?

పేర:-దావా చేస్తాడు.

లింగ:-సాక్ష్యము?

పేర:-మీ రసీదులే!

లింగ:-పేరయ్యా! నేనంత పెయ్యమ్మనా? నా దస్తూరీవలె వ్రాయలేదు. నా సంతకమువలె చేయలేదు, నన్నా రసీదు లేమి చేయును?

పేర:-(తనలో) అరిముండాకొడకా! అయిదువేలూ మింగిపెయ్యాలనేనా కావోసు! (పయికి) అంత పనోస్తే మేమందరం లేమూ?

లింగ:-అందఱ మాటయు నావల చూతము గాని ముందు నీమాట చెప్పు. నీ యైదువందలు మరల క్రక్కుట నీకిష్టమేనా?

పేర:-కార్యం తప్పి వచ్చినప్పుడు కక్కకేం చేస్తాం?

లింగ:-ఇదిగో యిదే వైదికము! ఈమాట నియోగియైన వాఁడనునా?

పేర:-అదుగో ఆమాటమాత్రం నే నంగీకరించను. మావాళ్ళిప్పుడు మీవాళ్ళ నమాంతంగా మింగేసేవాళ్ళయినారు. మీవాళ్ళు మీసాలమీద నిమ్మకాయలు నిలబెడితే, మావాళ్ళు మామిడికాయలు నిలవబెడుతున్నారు! మీవాళ్ళు జుట్టుమానేస్తే మావాళ్ళు బొట్టుకూడా మానేశారు! మీవాళ్ళు మూరెడుగోచీ పెడితే మావాళ్ళు బారెడు గోచీ పెడుతున్నారు! మీవాళ్ళు వేలెడుచుట్ట కాలిస్తే మావాళ్ళు జానెడుచుట్ట కాలుస్తున్నారు! మీవాళ్ళు కాఫీహొటేళ్ళకుపోతే మావాళ్ళు రెపరేషుమెంటు రూములకు పోతున్నారు! విన్నారా? యిన్నిమాట లెందుకూ ఇప్పుడు మీరన్న మాటల్లో యేం నియ్యోగముంది? ఆనక కోర్టుమాట ఆలోచింతాం యీ సంగతి పైకివస్తే పదిమందీ మిమ్మల్ని బ్రతుకనిస్తారా? ఈ రోజుల్లో యింతచప్పని ఆలోచన మేము చేస్తామా!

లింగ:-అట్టయిన, నీ కమ్మని యాలోచన యేమో కాసింత చెప్పుము.

పేర:-అదిగో అల్లా అడగండి! ఆ సొమ్మూ, ఆ భూమీ దక్కించు కోవాలంటే ఆ రెండోపిల్ల నెల్లాగయినా చేసుకోవడమే సాధనము. మఱి యేదారి త్రొక్కినా మర్యాద పోకమానదు.

లింగ:-అందుల కాయన యంగీకరించుట లేదని విన్నానే?

పేర:-అది నిజమే. అయినా, నన్ను ప్రయత్నం చెయ్యమంటే చేస్తాను.

లింగ:-ప్రయత్నము చేయుటకాదు, పనియే చేసికొని రావలయును.

పేర:-సరే నాశక్తి యావత్తూ ధారపోస్తాను. శలవు. (నిష్క్రమించును.)

లింగ:-ఇంటను బయటను గూడ నల్లరి పడుటకన్న నిదే మంచిపని! పోయెనా దానితోపాటుగ నిదికూడ పోసేపోవును. లేదా అది యున్నది నే నున్నాను.

(తెర పడును.)

షష్ఠాంకము - రెండవ రంగము

(ప్రదేశము: పురుషోత్తమరావుగారి కచేరి చావడి.)

(ప్రవేశము: క్రిందఁ గూర్చుండి యొకవంక పురుషోత్తమరావుగారు, పేరయ్య, మఱియొక వంక కమలను ముం దిడుకొని భ్రమరాంబ.)

పురు:-చివరకుఁ దేలిన యంశ మేమి? పేర:-ఏం తేలిం దని మనవి చేయను? మీరు నానుకోవాపరేటర్లనీ కోర్టుకు వెళ్లరని ఆయనకు బాగా తెలుసును. అందుచేత అంత మొండికెత్తి కూర్చున్నాఁడు.పురు:-అందుల కిప్పుడు మన మాచరింపవలసిన పని యేమిటి?

పేర:-నేనేం మనవి చెయ్యను? కోటివరహాలు పోయినా మీరు కోర్టుకు వెళ్ళడం ధర్మం కాదు. అకారణంగా అంతసొమ్ము పోగొట్టుకోవడం అంతకన్నా ధర్మంకాదు. ఈచిక్కు లన్నీ ఆలోచించే చిన్నమ్మాయి నా చిన్నవాడికే యిస్తే తీరిపోతుందని మనవి చేశాను.

పురు:-అయిదువేల యైదువందలు నా బ్రాహ్మణుఁడు హరించినను సరియే కాని, యిఁక నాయనతో సంబంధము నాకిష్టము లేదు!

చ.పరువుఁ బ్రతిష్టయుం గనక, - పాపభయం బను మాటలేక యి
క్కరణి ధనంబె జీవితము-గాఁ దలపోసెడు వానితోడఁ జు
ట్టరికముచేసి, నిత్య మ-కటా! యని చింతిలు కంటె; గౌరవా
దరపరు లౌ గృహస్థుల ప-దంబుల పైఁ బడవైచుటే తగున్!

పేర:-బాబూ! యీ విషయంలో మీ రిల్లాటి పట్టుదల పెట్టుకో వలసిన పనిలేదు. ఆయనమీద రోతచేత ఆయన పిల్లవాణ్ణి పోగొట్టుకోవడం నా అభిప్రాయం కాదు, ఏభయ్యేళ్ళ ముండాకొడు కెన్నాళ్లు బ్రతుకుతాడు! ఆ తరువాత పెత్తనమంతా అమ్మాయిదే. అవన్నీ అటుండఁగా అంతసొమ్ము ఆయన చేతులలో చిక్కుపడ్డప్పుడు అడుసు త్రొక్కడమా అని సందేహించడం ఆలోచన తక్కువపని కాదూ? అమ్మా! మీరల్లా వలపోస్తూ యేమీ చెప్పకపోతే యెల్లాగ? ఏదోవిధంగా మఱచిపోవాలి కాని యెల్లకాలం అదేపనిగా విచారిస్తూ వుంటే యెల్లా సాగుతాయి వ్యవహారాలు!

భ్రమ:-(కన్నీటితో) అయ్యా పేరయ్యగారూ!

ఉ.అనునుచెక్కు, లాపెదవు, - లామొగ, మామురిపెంపు భ్రూయుగం,
బానొస, లాశిరోరుహము, - లామృదువాక్యము, లామృదుస్వరం
బానయనంబు, లానడక, - యావినయం బకటా! సుషుప్తియం
దేనియు సాధ్యమే మఱువ - నీ దురదృష్టపు జీవితంబునన్!

సీ.ఎన్నఁడు నామాట - కెదురు చెప్పఁగ లేదు!
తండ్రి గీచినగీఁటు - దాఁట లేదు!
బడి యన్న నెన్నఁడుఁ - బ్రాలుమాలఁగ లేదు!
రాట్నంబు నెడలఁ బ-రాకు లేదు!
అది నాకుఁ గావలె - నని యెన్నఁ డన లేదు!
కుడుచునప్పుడుఁ గూడ - గొడవ లేదు!
ఆటలయం దైన - నలుక యెన్నఁడు లేదు!
పొరుగింటి కేనియుఁ - బోక లేదు!
కలికమున కేనియును నోటఁ - గల్ల లేదు!
మచ్చునకు నేనియుం బొల్లు - మాట లేదు!
అట్టి బిడ్డను బ్రతికి యు-న్నంతవఱకు
మఱవ శక్యమె! పెట్టి బ్రా-హ్మణుఁడ! నాకు!

పురు:-అహర్నిశ లిట్లు వలపోయుచు ఆబిడ్డ నడలఁ గొట్టెదవా?

తే.ఎంత చెప్పిన విన విది - యేమి పెట్టి
యెవరిపని యైనతరువాత - నెవ్వ రుంద్రు?
నాటకములోని వేష గాం-డ్రకును మనకు
నించుకేనియు భేద మెం-దేని గలదె!

పేర:-అంతే నమ్మా! అంతే. బొమ్మలాటకా డేంచేస్తాడు? ఏబొమ్మ పనివచ్చినప్పు డాబొమ్మను తెరమీది కెక్కిస్తాడు. ఆబొమ్మ పని కాగానే అడుగున పారేస్తాడు. ఆలాగే భగవంతుడూను! ఇం తెందుకూ? ఇరవయేళ్ళ నుంచివున్న పొడుంకుండు మొన్న నిట్టె పగిలిపోతె, నే నేం చెయ్యగలిగాను! ఏడిస్తే వచ్చేలా గుంటే యెన్నా ళ్ళేడవమన్నా యేడుస్తును!

పురు:-ఏమే? యీ విషయమునందు నీ యభిప్రాయ మేమిటి?

భ్రమ:-(కన్నులు తుడుచుకొని) మన యభిప్రాయములకు ఫలితముగా మనకు జరుగవలసిన శాస్తి జరుగనే జరిగినది. ఇంకను మన యభిప్రాయముల మీఁదనే నడచినచో ఈయమ్మ కేమిబుద్ధి పుట్టునో యెవరు చెప్పగలరు! కావున, దాని యభిప్రాయము తెలుసుకొని దాని యిష్ట మెట్లో యట్లే జరిగింపుఁడు.

పేర:-అదీ బాగానే వుంది. అమ్మాయీ! నీయభిప్రాయ మేమిటో చెప్పమ్మా! నీ కా చిన్నవాణ్ణి నిశ్చయించమంటావా? లేక, అయిదువేల అయిదువందల పదిరూపాయలూ - ఆబ్రాహ్మడికి అర్పితంచేసి వూరుకోమంటావా!

కమ:-(తనలో) ఇప్పుడు నా కర్తవ్యమేమిటి? అక్క సిద్ధాంతమునే యనుసరింపఁ దగునా? అందులకు భిన్నము గావించి తల్లిదండ్రులకుఁ దాత్కాలిక మనశ్శాంతిని గలిగింపఁ దగునా! అక్క చెప్పిన వాక్యము లన్నియు నాణెముత్తెము కోవలు. కట్నాల రాయలచేఁ గళ్యాణసూత్రము గట్టించుకొనుట కంటెఁ గతిమాలినపని మఱి లేదనుట నిశ్చయము! అట్టి వివాహము నాకును నంగీకారము లే దన్నచోఁ, దలిదండ్రులు నన్నుఁ బలవంతపెట్ట రనుటయు నిశ్చయమే. కాని, దానివల్లఁ దేలు పర్యవసాన మేమి? అయిదువేల యైదువందలు నా దుర్మార్గుని పొట్టను బెట్టించుట తప్ప మఱేమియు లేదు. అందువల్లఁ నా దారి విడిచిపెట్టి యా సంబంధమునే యంగీకరించి, పణమునకుం దగిన ప్రాయశ్చిత్తము చేయఁ గలిగినచో వీరిచ్చిన ద్రవ్యము వినియోగములోనికిఁ దెచ్చినదాన నగుటయేగాక అక్క కసి తీర్పఁగలిగిన దాననై ప్రపంచమున కొక పాఠము నేర్పినదానను గూడ నగుదును. అయితే, అట్టి ప్రతీకార మే విధముగాఁ జేయగలుదును. (ఆలోచించి) సరే కానిమ్ము.

గీ.కట్టె మథియింప మథియింపఁ - గలుగు నిప్పు!
భూమి త్రవ్వంగఁ ద్రవ్వంగఁ - బుట్టు నీరు;
పెరుఁగు తరువంగఁ దరువంగఁ - బేర్చు వెన్న;
కన్పడదె దారి యోజింపఁ - గార్యములకు?

పురు:-అమ్మాయి! ఆయన యడిగిన మాటకు బదులు చెప్ప వేమి! సందేహ మక్కఱలేదు. నీ యభిప్రాయ మేమో స్పష్టముగా జెప్పు, నిన్ను మే మించుకయు నిర్బంధించువారము కాము.

కమ:-(తల వంచుకొని) మీ యిష్టము. పురు:-మా యిష్టము కొఱకుఁ జూడ వలదు. నీ యిష్టమే మా యిష్టము, నిశ్చయముగా నీ యిష్ట ప్రకారము జరిగింతుము.

కమ:-(కొంచె మాలోచించి) ఈ వివాహమునకు సంబంధించిన యితర విషయములలోఁ గూడ నా యిష్టానుసారముగ నడువనిత్తురా?

పురు:-సందేహ మేమీ, సర్వత్ర నీ యిష్టమే మా యిష్టము. ఈ మాటకు నే నిసుమంతయుఁ దప్పిపోవువాఁడను గాను.

కమ:-అట్లయిన, నా కంగీకారమే.

భ్రమ:-(తల నిమురుచు) అమ్మా! ఆనక మా గొంతుక కోయక ఆలోచించి మఱి జెప్పుము!

కమ:-ఆలోచించియే చెప్పినాను. అనుమాన మక్కఱలేదు.

పేర:-సెబాసు తల్లీ! నా మనస్సు కిప్పుడు నచ్చావు! సమయానికి లేకపోయింది కాని, వుంటే, వుద్ధరిణెడు పంచదార నోట్లో పోస్తును.

పురు:-పేరయ్యగారూ! పెరయాలోచనము లేక నెందులకు. సాయంకాలము మీరు వెళ్లి సంగతి యాయనతోఁ జెప్పి, సరే యనిపించుకొని రండు. (మెల్లగా) ఇంకొకటి కార్య మీ నెలలోనే కావలెను. యేమనెదరా? యీబిడగా రీసందడిలోఁబడి యిప్పటి వ్యసనమును గొంత మఱచిపోఁ గలదు.

పేర:-బాగుంది బాబూ! బాగుంది. శలవు పుచ్చుకొని వెళ్ళి శటల్ చేసుకు చక్కావస్తాను. అమ్మా! శలవు. (అని నిష్క్రమించును.)

పురు:-(లేచి కమల నెత్తి యక్కునఁ జేర్చుకొని) తల్లీ!

ఆ.ఏండ్లకన్నఁ జాల - హెచ్చగు బుద్ధి నీ
కిచ్చి మమ్ముఁ దేల్చె - నీశ్వరుండు!
అక్క యట్లు చేసి-నందుల కీ పైన
మాదు కనుల యెదుట - మనఁ గదమ్మ!

కమ:-(కొంచె మీవలకు వచ్చి తనలో)

ఉ.అక్కరో! నీ మతంబునకు - నడ్డముగాఁ జనుచున్న నా యెడన్
మక్కున వీడబోకు! మభి-మానము లేని కతాన గాదు నే
నిక్కరణిం భ్రమించుట మ-ఱేమన దేవుఁడు మధ్యవర్తిగా
నిక్కము దెల్పుచుంటి నిటు - నీ కసి తీర్ప మదిం దలంచితిన్.

ఇది షష్ఠాంకము. (తెరపడును.)

సప్తమాంకము

మొదటి రంగము

(ప్రదేశము: లింగరాజుగారి పడక గది.)

(ప్రవేశము: కుక్కిమంచముపైఁ గూర్చుండి లింగరాజుగారు, చేరువను నిలుచుండి సుభద్ర.)సుభ:-సరే కాని, నలుగురు నట్టింటికి వచ్చునప్పుడైన నానగలు నాకీయఁ గూడదా? ఇంట శుభకార్య మగునప్పుడు గూడ నేనిట్లే యుండవలయునా?లింగ:-ఎందులకే యింత తొందర? ఎల్లుండిరాత్రి కదా వివాహము? అకారణముగా నీరెండు దినములు నఱిగిపోవుటయే గదా?సుభ:-అబ్బబ్బా! యెప్పుడు చూచిన నగ లఱిగిపోవు ననియు, బట్టలు చిఱిగిపోవు ననియు, బియ్యము తఱిగిపోవు ననియు, నిదే గోల కద! ఎందుల కీ భాగ్య మంతయు?

గీ.స్వారి చేయని గుఱ్ఱంబు, – చదువ నట్టి
పుస్తకంబును, సేవింపఁ - బోని మందు,
ఆరగింపని వంటక, – మనుభవింప
నట్టి ధనమును వ్యర్థంబు - లనుట వినరె?

లింగ:-ఓసీ! యెందుల కేడిపించెదవు? రేపిచ్చెద నూరకుండుము.

సుభ:-రేపు శుక్రవార మని సున్న చుట్టుటకా?

లింగ:-నేఁడు గురువారము, గురువారము బొత్తిగాఁ గూడనిది.

సుభ:-ఈవన్నెవా రిఁకఁ గోడలికేమి నగలు పెట్టుదురు?

లింగ:-ఇక్కడికి నీ సంగతి యైనది? ఇఁకఁ గోడలి సంగ తియా? అబ్బబ్బా! ఆఁడువాండ్ర కీ యాభరణాల రుచి యెవఁడు మప్పినాఁడో కాని యేయింటఁ జూచిన నిదేగోల గదా! ఏడువారముల నగలుఁగల యిల్లాలు కూడ- ఎదుటియింటి ముత్తమ్మ ముక్కుపుడక యెరువు తెచ్చుకున్నదాఁక నిద్రపోదు! తాలూకాలఁట, జిల్లాలఁట, లోలకులఁట, డోలకులఁట, వాచీగొలుసులఁట, పేచీగొలుసులఁట, అటుకులగాజులఁట, యిటుకులగాజులఁట, యెప్పటికప్పు డేమేమి రకములో దిగుమతి యగుచున్నవి! కమసాలులకుఁ గావలసినంత పని, షరాబులకుఁ జాలినంత బేరము.

సుభ:-మీవంటి భర్తలకుమాత్రము ప్రాణసంకటము!

లింగ:-సరేకాని చెప్పవచ్చినమాటలు పూర్తిగాఁ జెప్పనిచ్చినావే కావు, అనుదినము మనయింటికి వారు అరిసెలు, సున్ని, అప్పడములు, వడియాలు, విధవలకని పిండి, స్వయంపాకులకని యుప్పు, పప్పు, బియ్యము, నేయి, అల్లము, బెల్లము, చింతపండు, మిరపకాయలు, కూరలు, నారలు, తలంట్లకని నూనె, నలుగుబిండి, కుంకుడుకాయలు, పీకాయ, కట్టెలు, పిడుకలు, సబ్బు, సాంబ్రాణి, పసుపు, కుంకుమ మున్నగున వన్నియుఁ బంపుచుందురు. ఆ వన్నియు జాగ్రత్తగా నందుకొని, ప్రక్కగదిలో భద్రపఱిచి, ఆఱవనాఁడు నా కప్పగించవలయును.

సుభ:-ఎందు నిమిత్తము?

లింగ:-ఏకముగా బజారునఁ బెట్టి యమ్మించుటకు.

సుభ:-రామ రామా! నలుగురు నవ్వరా?

లింగ:-నవ్వుట కేమున్నది? ఉమామహేశ్వరరావుగారు మొన్న నుప్పుతోఁ గూడ నూరను ద్రిప్పి యమ్మించలేదా?

సుభ:-అట్లయిన, సదస్య సంభావనకూడ ఆయన యిచ్చినట్లే యిచ్చెదరు కావలయును.

లింగ:-ఆయన, కాని కాని యైన నిచ్చినాఁడు. నే నఱగాని గూడ నీయను. పదిరూపాయలు పోలీసువారి మొగమునఁ గొట్టి పందిటిచుట్టును పారా లేసినచో పయిన సంభావనపని యుండదు.సుభ:-చివరకు నా చీరలసంగతి కూడ నింతియేనా యేమిటి?

లింగ:-పెట్టిమొగమా! నీకుఁ జీరల కేమిలోటు! అయిదురోజులు నైదుచీరలు. అప్పగింతలచీరతో నాఱు. ఆఱుచీరలు నాఱేండ్లు కట్టవచ్చును. ఒక్క చీరలేనా? నీకు రావలసిన లాంఛనము లింకను లక్షయున్నవి. అయిదురోజులు నైదు మొహిరీలు, అయిదు కాసులు, అయిదు వెండి పలుదోముపుల్లలు, అయిదు బంగారు తాటియాకులు, అయిదు వెండి పలుగుట్లు పుల్లలు, అయిదు వెండి కాఫీ కప్పులు, అయిదు వెండి యుప్మా ప్లేట్లు; అయిదు కుర్చీలు, అయిదు కాలిపీటలు; అయిదు మెత్తలు, అయిదు బాలీసులు, అయిదు బొట్టుపెట్టెలు, అయి దద్దములు, అయిదు దంతపు దువ్వెనలు, అయిదు కుంకుమ బరిణెలు, అయిదు కాటుక కాయలు, అయిదు గంధపు గిన్నెలు, అయిదు తలనూనె బుడ్లు, అయిదు సెంటు బుడ్లు, అయిదు సబ్బు పెట్టెలు, అయిదు పవుడరు డబ్బీలు, అయిదు చేతిరుమాళ్లు, అయిదు గంధపు చెక్కలు, అయిదు చీనా విసనకఱ్ఱలు, భోజనములో వెండిచేపలు, ఫలహారములో పసిఁడిపీతలు ఈలాటి వింకను నెన్నియో వచ్చును. అవన్నియు జాపితా వ్రాసి యుంచినాను. సాఁగదీసి సకలము రాఁబట్టుకో. ఆ యైదునాళ్ళును నీ యధికారమున కడ్డన్న మాట లేదు.

గీ.గ్రామదేవత కొకనాఁడె - కానుకలును
గొలుపులు న్వేటపోతులును - గుంభములును;
బింకముగ నైదుదినములు - పెండ్లి కొడుకు
తల్లి కొలు, పక్క కొలుపును - దాసి కొలుపు!

సుభ:-సరేకాని పెండ్లికైన క్షౌరము చేయించుకొనెదరా లేదా?

లింగ:-అదిగో మొదలు పెట్టితివా? ఆమాట మాత్రము మఱచిపోవు! అవల నాకుఁ జాల పనియున్నది పోయెద! (నిష్క్రమించును.)

సుభ:-ఔరా! సృష్టి వైచిత్ర్యము.

చ.కనికరమా కనంబడదు, – కన్పడఁ బోవదు ప్రేమ, పొట్ట చీ
ల్చినఁ గనుపట్ట దెయ్యెడను - సిగ్గనునట్టిది, పాపభీతి మ
చ్చునకును గానిపింప, దిఁక - సూనృత మన్నది లేనె లేదు, లో
భిని భువి నేపదార్థములు - పెట్టి విధాత సృజింపఁ గల్గెనో!

అన్నిటికంటెను జిత్రమేమా?

గీ.ప్రాయకంబుగ రాజు దు-ర్మతినె పెంచు;
మగువ తుంటరినే తన - మది వరించు;
అంబుదంబులు కొండల - యందె కురియు;
లచ్చి పెనులోభి యింటికే - వచ్చి తనియు.

అయినను, వీరి నననవలసిన పనిలేదు. ఐశ్వర్య మనఁ గాలచక్రమువలె నదేపనిగఁ దిరుగుచుండునదికాని యొకచోటనె యుండునది కాదు!

గీ.పేదవాని కొడుకు - పెనులోభియై కూర్చు
నతని కొడుకు త్యాగి - యై చరించు,
త్యాగి కొడుకు మరల - దారిద్ర్యయుతుఁ డగు;

సిరులు చక్రమట్లు - తిరుగు నిట్లు!

(తెర పడును.)

సప్తమాంకము - రెండవ రంగము

(ప్రదేశము: పురుషోత్తమరావుగారి పెరటిలోని పెండ్లి పందిరి.)

పురు:-(కన్యాదాత వేషముతోఁ బ్రవేశించి) ఈప్రొద్దు మూడవదినము ఇఁక రెండుదినములు గడపవలెను. ఆఁడుపిల్లలకుఁ బెండ్లిసేయుట కంటె అశ్వమేధయాగము సేయుట సులభము.

సీ.తెల్ల వాఱఁగనె బిం-దెలతోడ నీళ్ళును
 పలుదోము పుల్లలుఁ - బంపవలయు
కావిళ్లతో వెన్క - కాఫీయు, దోసె, లి
 డ్డెనలు, నుప్మాయు న-డ్పింపవలయు
తరువాత భోజనా-ర్థము రండు రం డని
 పిలిచిన వారినే - పిలువవలయు
కుడుచునప్పుడు పంక్తి - నడుమ నాడుచుఁ బెండ్లి
 వారి వాంఛలు కని-పట్టవలయు
నొకఁడు రాకున్న వానికై - యోర్పుతోడ
మంచినీరైన ముట్టక - మాడవలయు
నిన్నిటికి సైచి, వేలు వ్య-యించి, గౌర
వించినను నిష్ఠురములె ప్రా-ప్తించు దుదకు!

ఘంట:-(ప్రవేశించి) అయ్యా! వియ్యపురాలుగారు లేచేవేళయింది. అమ్మగార్నింకా పంపించారుకారేం?

పేర:-ఎందు నిమిత్తము?

ఘంట:-ఎందు నిమిత్త మంటారేమిటి? వియ్యపురాలుగారికి తెలివిరాగానే కండ్లు తుడవాలి; కాళ్ళు మడవాలి; కోక సర్దాలి; కిందకు దింపాలి; పెరట్లోకి పంపాలి; నీళ్ళచెం బందివ్వాలి; రాగానే కాళ్ళు కడగాలి; పండ్లు తోమాలి; మొహం తొలవాలి; నీళ్ళు పోయాలి; వళ్ళు తుడవాలి; తల దువ్వాలి; కొత్తచీర కట్టాలి; కుర్చీ వెయ్యాలి; కూర్చోబెట్టాలి; పారాణి రాయాలి; గంధం పుయ్యాలి; అత్తర్లివ్వాలి;

పన్నీరు చల్లాలి; మొహాన్ని మొహరీలద్దాలి! కళ్ళకు కాసులద్దాలి! వంటిని వరహాలద్దాలి; వెండి పలుపు వెనకను కట్టాలి; బంగారుపలుపు పక్కను చుట్టాలి; దిష్టి తియ్యాలి; హారతివ్వాలి; అర్థాన్న మివ్వాలి; యిల్లాంటి వింకా నా తలపెంట్రుక లన్ని వున్నాయి. ఆలస్యమైతేఁ అలకకట్నం చెల్లించవలసి వస్తుంది. త్వరగా పంపించండి. (అని నిష్క్రమించును.)

పురు:-ఎన్నఁడూ వినలే దివెక్కడి పద్ధతులు దేవుఁడా! దాని యవస్థతోఁ బోల్చి చూచిన నా యవస్థయే మెఱుఁగు! ఓసీ యెక్కడ?

భ్రమ:-(ప్రవేశించి) ఎందులకుఁ బిలచినారు?

పురు:-వియ్యపురాలు లేచువేళ యైనదఁట. వర్తమానము వచ్చినది.

భ్రమ:-ఇదిగో వెళ్ళుచున్నాను. మొహిరీ లెక్కడ నున్నవి?

పురు:-నా చేతిపెట్టెలో నున్నవి. ఇవిగో తాళములు.

భ్రమ:-(తాళములు తీసికొని నిష్క్రమించును.)

పేర:-(ప్రవేశించును.)

పురు:-వచ్చినారా! ఇఁక రెండుదినము లున్నవి! ఈ రెండుదినములుఁ కూడ దాటించితిరా యీ జన్మమున కీ శిక్ష చాలును. పేర:-ఇది గడ్డురోజు! ఈరోజు గడిచిందంటే యిక భయమే లేదు. లింగరాజుగారు సంచులుకోసి సంభావ నిస్తారని పైవూళ్లనించి కూడా బ్రాహ్మలు వచ్చారు. ఆయ నేమో, పోలీసువార్ని అరంజిమెంటు చేస్తున్నారట, విన్నారా?

వీర:-(ప్రవేశించి) అయ్యా! ఫలహారాల కావిళ్ళింకా పంపించారే కారు. పెళ్ళివా రెంతసే పాగుతారు? ఎవరిమట్టుకు వారు కాఫీహోటళ్ళకు ప్రయాణా లవుతుంటే, పరుగుపరుగున నేను చక్కా వచ్చాను. మగపెళ్లివా ర్నిలా చూస్తే మర్యాద దక్కుతుందా?

పురు:-ఇదుగో యిప్పుడే పంపెద. ఈపాటికి సిద్ధ మయ్యేయుండును.

వీర:-ఏమి కావడమో. నిన్నటి వుప్మాలో నిమ్మపళ్లరసమే లేదట. ఇడ్డెన్లలో అల్లంముక్కలు లేవట. కాఫీలో పంచదారలేదట. ఈ పూటయినా కాస్త యింపుగా వుండకపోతే పట్టుకు వచ్చిన వాళ్ళ మొహాన్ని పెట్టికొట్టాలని పదిమందీ ఆలోచిస్తున్నారు. ఖారాఖిల్లీలు కాస్త యెక్కువగా పంపండి. చుట్టలూ, సిగరెట్లూ, బీడీలూ కూడా కాస్త శుభ్రమైనవి చూడండి. నిన్న పంపిన చీట్లపేకలు నిన్ననే చిరిగిపోయాయి. ఈపూ టింకో నాలు గెక్కువ పంపండి. మదరాసు నశ్యం మాట మరిచిపోకండి. శలవు. మఱి యాలస్యమైతే మాటదక్కదు. (అని నిష్క్రమించును.)

పురు:-ఏమి నిరంకుశాధికారము! ఏమి మిలటరీ ఫోర్సు! మగపెండ్లి వారన మరిడీ దేవతలు కారుగదా. (అనుచు లోన కేగును.)

పేర:-ఎనిమిదివేలకూ, యేభయ్యో, వందో వుంటాయి. యింతవఱకు నాచేతిలో పయిసా పడలేదు. ఇప్పుడే నాది నేను వడుక్కోవాలి కాని, ఆనక వీరిచ్చే దేమిటి చచ్చే దేమిటి. ఆనక వీరి కన్న ముంటే గద. ఈరోజుల్లో ఆడపిల్ల పెళ్లి చేశాక, యింకా వుండే దేమిటి, వుద్దరి! తొలినా డడావడి, మలినా డాయాసం; మూడు మంగళాష్టకాలు; నాలుగు సిగపట్ల గోత్రాలు; అయిదు అప్పగింతలు; ఆరు అంపకాలు; ఏడు వంట బ్రాహ్మల తగువు; ఎనిమిది ఋణదాత నోటీసు; తొమ్మిది జవాబు; పది దావా; పదకొండు స్టేటుమెంటు; పన్నెండు విచారణ; పదమూడు డిక్రీ; పద్ధానుగు టమటమా; పదిహేను వేలం; పదహారు చిప్ప. ఈ రోజుల్లో యిదే పదహారు రోజుల పండుగ. కాబట్టి, పెళ్ళి కదిపి చూస్తాను. (నిష్క్రమించును) సప్తమాంకము - మూడవ రంగము

(ప్రదేశము: పురుషోత్తమరావుగారి భోజనముల పందిరి.)

పురు:-ఇప్పుడు రెండుగంట లైనది. ఇంతవర కొక్కరును రాలేదు. వంటలు చల్లారిపోవుచున్నవి. వంటవారు కస్సుమనుచున్నారు.

సీ.పిలిచిన బలుకక - బిగఁ దన్నుకొని లోన
        ముసుఁగుఁ బెట్టెడు శుద్ధ-మూర్ఖుఁ డొకఁడు
ఇదె వత్తు మీ వెన్క-నే మీరు పొండని
        చుట్ట ముట్టించెడు - శుంఠ యొకఁడు
ఒగిఁ దనకై పేచి - యుంద్రొ లేదో చూత
        మని జాగు సల్పెడి - యల్పుఁ డొకఁడు
ముందు వచ్చినఁ బర్వు - ముక్కలౌ ననుకొని
        కడను రాఁజూచు ము-ష్కరుఁ డొకండు
కుడిచి యింటను హాయిగాఁ - గూరుచుండి
వత్తురానని చెప్పని - వాజె యొకఁడు
వచ్చి కోపించిపోవు ని-ర్భాగ్యు డొకఁడు
ఆఱువేల్వారి విందుల - తీరు లివ్వి.

పేర:-(వగర్చుచుఁ బ్రవేశించి) బాబూ, యీపూట నామచ్చ మాసింది. తిరిగి తిరిగి తిరిగి కాళ్ళు విరిగాయి. (అని కూలఁబడును.)

పురు:-ఏ మన్నారు? పెండ్లివా రెవరైన వచ్చుచున్నట్లా?

పేర:-ఏం పెళ్ళివారు, ఏం రావడం. పోలీసువారిచేత పొడిపించినందుకు బయటకువస్తే బ్రాహ్మలు చంపేస్తారని, యీపూట లింగరాజుగా రింట్లోనే అత్తీసరు వేయించుకుని ఆరగించారు.

పురు:-కడమవారు?

పేర:-ఇదిగోవస్తున్నా. లింగరాజుగారి మొదటిభార్య మేనమామ బావమరిది తోడల్లుడు తమ్ముడట, ఆయనకీపూట యిడ్డెన్లలో అల్లం ముక్కలు తక్కు వైనాయట, అందుకోసం అలిగి కూర్చున్నాడు. పెళ్ళికొడుకు జనకసంబంధంబాపతు పినతండ్రిగారి సవతితల్లి తమ్ముడు బావమరిదికి వేలువిడిచిన మేనమామ కొడుకట. ఆయనకు రాత్రి చిన్న పీట వేశారట. అందుకోసం భీష్మించి కూర్చున్నాడు. వియ్యపురాలిగారి అన్న పిన్నత్తగారి ఆడపడుచు తోడికోడలు సవతితల్లి తమ్ముడు మేనమామగారి మేనత్తకొడుకు మేష్టరుగారితో వచ్చిన స్నేహితుఁడు గారట. ఆయన్ని రాత్రి మీరందరితోపా టాదరించలే దట, అందుకోసం రైలుకు పోతానని రంకెలు వేస్తున్నాడు. స్టూడెంట్లకు రాత్రి బంగాళాదుంపల కూరా, పకోడీల పులుసూ చేయించారు కారట, అందుకోసం వారీపూట వెళ్ళడం మానివేదామా అని ఆలోచిస్తున్నారు. వారంతా రానిది మే మెల్లా వస్తా మని కడంవారు కాళ్ళు చాచుకు కూర్చున్నారు. ఇక తమరు పెళ్ళి తంటాలు పడవలసినదే కాని నావల్లకాదు.

పురు:-ఊరివారు?

పేర:-వూరివారు మామూలుపాటే "యిదుగో వస్తున్నాం పదండి."

పురు:-రామమూర్తిగారు రాలేదేమీ?

పేర:-పట్టుబట్ట మరచెంబూ తేవడానికి బ్రాహ్మడు దొరకలేదట, బ్రాహ్మణ్ణి వెతికించడానికి కూలిమనిషి కోసం బయల్దేరారు.

పురు:-చైనులుగారో?

పేర:-నిన్న తలవెంట్రుక లున్న పూర్వసువాసినీ యెవరో వంటశాల వైపునకు వచ్చిం దట, పాప మందుకోసం ప్రాయశ్చిత్తం చేయించుకుంటున్నారు. ఈ పూట శాకపాకా లేమి టని అడిగితే, పనసకాయ కూరా, పులిహోరా, బొబ్బట్లు, బూన్దీ మిఠాయి అని చెప్పాను. అయితే, అయిదు నిముషాల్లో వస్తాను, పద మన్నారు.

పురు:-అచ్యుతరామయ్యగారో?

పేర:-ఈ మధ్య బ్రహ్మసమాదిగా డెవరో పైలధికారిగా వస్తే ఆయనకోసం యజ్ఞోపవీతాలు తీసి పారవేశారట. నిన్న చొక్కాతో వస్తే నలుగురూ నవ్వారట. సాయంకాలానికి జంధ్యం సంపాదించుకుని వస్తానన్నారు.

భ్రమ:-(కోపముతోఁ బ్రవేశించి) పేరయ్యగారూ! ఏరి యేరి చివర కెంతచక్కని సంబంధము సంపాదించినారండి! వారి లాంచనములు వారు పుంజాలు తెంపి పుచ్చుకొనుచున్నారు! మన కీయవలసి వచ్చినప్పుడు "మా కానవాయిత లే"దనుచున్నారు. మన మిచ్చిన కట్నమునుబట్టి మంగళహారతిలో మన కైదు నూట పదాఱులు రావలెను గదా? వారు వరహాకంటె వేయరట!

పురు:-ఈమాట చెప్పుట కేనా నీవిపుడు వచ్చినది?

భ్రమ:-ఇదికాదు. ఈపూట వియ్యపురాలి పినతల్లికూతురు తోడికోడలియక్క యాఁడుబిడ్డ సవతి మొగమున నద్దిన మొహిరీ మోటుగా నున్నదఁట. అందులకై యామె యలిగినదఁట. వియ్యపురాలు విచారించుచుఁ గూర్చున్నదఁట. అమ్మలక్క లందఱుఁ జుట్టును మూఁగి యామెకుఁ బురెక్కించుచున్నారఁట.

పురు:-సరే వెళ్ళి కాళ్లమీదఁ బడి కటాక్షింపుమని వేడుదము పద! పేరయ్యగారు, నేను వచ్చువరకును మీరిచ్చట నుండుఁడు.

(అని భార్యతోఁ బరిక్రమించి, ఆకసమువంకఁ జేతులు జోడించి)

గీ.ఆఁడుబిడ్డ పెండ్లి - అతి లోభితోఁడఁ జు
ట్టఱిక మెముకలెల్లఁ - గొరుకు లౌక్య
జాతి కింట విందు - సర్వేశ్వరా! పగ
వారికి న్విధింప - వలదు, వలదు.

(తెరపడును.)

ఇది సప్తమాంకము.

అష్టమాంకము

మొదటి రంగము

(ప్రదేశము: పెట్టిబుట్టిల వెంగళప్పగారి కచేరి చావడి.)

వెంగ:-(పడకకుర్చీలోఁ బరుండి) అదిగో! పదికూడా అయినది. ఇప్పటికొక్క పార్టీ రాలేదు; ఇంకావచ్చే దేమిటి? ఈ విధంగా వున్నది వ్యాపారం! పది కొట్టేసరికి పాగా, కోటూ, తగిలించుకుని సాయలవాళ్లలాగు చక్కాటోయి, కచేరీ కాంపౌండులలోనూ, రైలుస్టేషనులవద్దనూ, ఘాటీపాకలవద్దనూ కూడా కాచి మనిషి కంటబడేసరికి మరిడీ దేవతవలె పట్టుకుంటూ వుంటే యెందరికని యేడుస్తవి కేసులు! ఈ రోజులలో నాలుగే వృత్తులు. ఒకటి సిగరెట్ల దుకాణం. రెండు కాఫీహోటలు. మూడు మెడికల్ ప్రాక్టీసు, నాలుగు ప్లీడరీ. యేసందులోకి వెళ్ళి, యే గుమ్మంవంక చూచినా ఏ 'సిటీ సిగరెట్ స్టోర్సు' బోర్డో, యే 'మైసూరు మహాలక్ష్మీవిలాస్ కాఫీక్లబ్బు' బోర్డో, యే 'ఏ.డి.రాజు, ఎల్.ఎమ్.యస్. మెడికల్ ప్రాక్టిషనర్' బోర్డో, యే 'బీ. వీ. రాఘవాచారి, బి.యే.,బి.యల్. హైకోర్టు వకీలు' బోర్డో ప్రత్యక్షం! ఈ నాలుగు వృత్తులలో కాఫీహోటలు ఫస్టు; ప్లీడరీ లాస్టు! నాన్‌కోవాపరేషను కొంత నాశనం చేస్తే స్టాంపుడ్యూటీ పెరిగి సర్వం నాశనం చేసింది! ఈ తాలూకాబోర్డు ప్రెసిడెంటు పదవే రాకపోతే యీపాటి కీబీరువా లమ్ముకొని పోవలసిందే! దీనితల్లీ బొడ్డు పొక్క, దీనికీ వచ్చా యిప్పుడు తిప్పలు! పోయిన సంవత్సరం అమాంబాపతులూ అయిదువేలు గిట్టాయి. ఈ సంవత్సరం టి.యే. ఫిక్సెడ్డు చేసి, మానోట్లో మన్ను కొట్టారు! ఇదిపోతే యిక, కంట్రాక్టర్ల కమీషను ఈ సంవత్సరం వాళ్ళివ్వవల్సిందికూడా నిరుడే వాడుకున్నాను. ఇక వాళ్ళిచ్చే దేమిటి, చచ్చేదేమిటి? పోతే, యిక, చచ్చుముండా స్కూలు టీచర్లున్నారు. ఫయినులు వేసీ, బదిలీలు చేసీ, బర్తరఫులు చేసీ గోలయెత్తేస్తే ఒక్కొక్క నెలజీతం వూడిపడేసరికి చుక్కలు రాల్తాయి. పయివాళ్ళను తగ్గించి, బంధువులను తెచ్చిపెట్టుకోవడం మొదలు పెట్టాక అదీ అఘోరంగానే వుంది! ఈకాకిపిండా లైనా ముట్టకుండా స్వరాజ్యపార్టీవా రిక్కడకూడా సన్నాహాలు మొదలుపెట్టారు. ఎలక్షనురోజులు దగ్గిర పడుతున్నాయి! వెనుకటిలాగే వోట్లు కొందామంటే వెనుకటి ఋణమే యిప్పటికింకా తీరలేదు. బాగా వచ్చేటప్పుడు వొళ్లు తెలియక బ్రాందిదగ్గరనుంచీ అలవాటు చేసుకున్నాను. ప్రాతఃకాల మయ్యేసరికి బాటిల్ కావాలి. ఈ తిప్పలకుతోడు యింటిదాని బా ధొకటి పట్టుకున్నది! ఫస్టు తారీఖున రెండు పెద్దకాసులూ చేతులో పెట్టకపోతే చెప్పుదెబ్బలు తప్పవు! ఆరాత్రి దానికంట పడడము చేత, ఆవిధంగా రాజీ చేసుకోక తప్పిందికాదు. ఎవరో వచ్చుచున్నారు! (అని లేచి, గంభీరముగాఁ గూరుచుండును.)

ఒక టీచరు:-(చేతులు కట్టుకొని ప్రవేశించి, నమస్కరించి) అయ్యా! నేను అచ్చన్నపేట స్కూలుతాలూకు అయిదో టీచర్నండి.

వెంగ:-అయితే, యేమంటావు? ఆ నంగినంగిపేషా లేమిటి?

టీచ:-వల్లూరులో నాభార్య కనలేక మూణ్నాళ్ళనుంచి కష్టపడుతూ వుందండి. రెండురోజులు సెల విప్పిస్తే వెళ్ళివస్తానండి.

వెంగ:-నీభార్య కష్టపడుతూ వుంటే, నీ వెందుకు యేడవనూ? నీవు కనిపిస్తావా? లేక, వకాల్తానామా పుచ్చుకొని నీవే కంటావా?

టీచ:-డాక్టరు దొరసానిగార్ని తీసుకు వెళతానండి.వెంగ:-అబ్బో! నీ మొహాని కది కూడానా! ఇనస్పెక్టరుగార్ని చూచావా?

టీచ:-చూచానండి. చూస్తే తమతో మనవి చేసుకో మన్నారు.

వెంగ:-అయితే, ఆపిడతను ముందుచూచి ఆపిడత వెళ్లమంటే అప్పుడు వచ్చావన్నమాట. ఫో! సెలవూలేదూ గిలవూలేదు ఫో!

టీచ:-(దైన్యముతో) అయ్యా! కటాక్షించాలి. కష్టసమయం.

వెంగ:-పొమ్మంటే పొయ్యావుకావు కనుక రెండురూపాయలు ఫైను. టీచ:-మహానుభావులు! దైవస్వరూపులు, మన్నించాలి.

వెంగ:-ఫయినన్నా కదల్లేదు గనక, పదిహేన్రోజులు సస్పెంటు.

టీచ:-అధికార్లు ఆగ్రహపడితే నే నాగలేను. అనుగ్రహించాలి.

వెంగ:-సస్పెంటన్నా జంకావుకావు కనుక డిస్మిస్ చేశాను ఫో.

టీచ:-ఆరి ఛండాలుడా! ఆమాటకూడా అనేశావా; సరే? ఇంతేనా యిం కేమయినా చెయ్యగలవా? ఈమూడేళ్ళ ముష్టిపదివీ పోగానే, యింటింటా, అడుక్కుతినే యోగం నీకుగాని యీపాటి కాటికాపరి పని మాకు దొరకకపోదు. అదిగాక నీవంటి అధమాధముల కాలంలో, హడలిపోతూ నవుకరీ చెయ్యడం కంటె యాయవార మెత్తుకున్నా మంచిదే. శేషాద్రిగారి చెప్పులుమోసి, కామరాజుగారి కాళ్ళుగుద్దీ మాలవాడికి వంటింట్లో మంచంపేసీ వారికి సాధ్యంకాని వోట్లకు వందలకు వందలు సమర్పించీ, యీ సామ్రాజ్యం సంపాదించావు! అయితేయేమీ ఆపద్దపా టల్నీ అప్పుడే దులిపేశావు! అల్పున కధికారం పట్టినా, ఆడదానికి వైధవ్యం వచ్చినా, యెద్దు కచ్చుపోసినా, యేనాదికి పెత్తనమిచ్చినా, క్షణంలో స్వరం మారుతుం దన్నవాఁడు వెఱ్ఱివాఁడా! ఏమి విపరీతకాలం వచ్చిందో! యెక్కడ చూచినా మునిసిపాలిటీలూ, లోకలు బోర్డులూ, నిరక్షర కుక్షులతోనో, నీవంటి నీచాతినీచులతోనో నిండిపోతున్నాయి! అయిందాకా, అడ్డమైనగడ్డి కరవడం! అయిందనగానే, ఆకాశం ముట్టడం! ఇదీ ఇప్పటి మర్యాద! అయినా, మీ యాపద మ్రొక్కులు నమ్మి మీలాంటివాళ్ళకు

వోట్లిచ్చేవారి ననాలిగాని మిమ్మనవలసిన పనిలేదు! మీకు వోట్లివ్వడంవల్ల మీపాపాల్లో భాగం పంచుకోవలసి వుంటుందన్న సంగతి తెలిస్తే వొక్కరైనా మీకు వోటిస్తారా? నీకూ కాలం దగ్గిర పడ్డది! కాకపోతే, కళ్ళింత మూసుకుపోవు! ఇనస్పెక్టరుగారిమీద నీకింత కడుపుమం టెందుకూ? నీతో గలిసి నీపాటకు తాళం వేశారు కారనేనా? ఆయన చెప్పులు మొయ్యడానికైనా నీ కర్హత వున్నదా; నీవు చేసిన దారుణాలకు, నీగుండెల్లో గునపంలాగు, ఆమహారాజు కాస్త అండగా వుండబట్టే, యింత అన్నం తిన్నాం! ప్రతివార్నీ పిడత పిడతంటావు! పిడతేమిటి, నీ పిండాకూడు! ఎంతమంది నీజీవానికిపడి యేడ్చు చున్నారో, యెందరి వుసురు నీ యింటా వంటా చుట్టుకుంటూ వుందో యెరక్క యింత పొంగి బోర్ల పడుతున్నావు! భగవంతుడు మామొర వినకా పోడు, పటుక్కున నీదుంప తెంపకాపోడు! ఈసారి నిన్నెల్లాగా యీడ్చిపారేస్తారు. ఈమాటలు మాత్రం మనస్సులో వుంచుకో! ఇక సెలవు! (నిష్క్రమించును.)

వెంగ:-హమ్మా! హమ్మా! యెంతలేసి మాట లన్నాడు! ఆ వెధవ అల్లా దులిపేస్తూవుంటే, పాడునోరు పైకి లేచిందే కాదేం? ఇదే కామోసు గిల్టీకాన్షన్సంటారు! నిజంగా యింతనిర్భాగ్యపు వెధవను నే నిదివరకెన్నడూ కాలేదు. నా ధూం ధాములు చూచి, నలుగురు టీచర్లూ నా అంతవాడు లేడనుకునేవారు. ఈ సంగతి తెలిస్తే యిక నన్నెవడైనా లక్ష్య పెడతాడా! సమయానికి చాకలి వెధవ కూడా లేకుండా పోయాడు! అవసరానికి లేకపోయినందు కావెధవను డిస్మిస్ చేసి తీరుతాను! అదెవరు?

లింగ:-(ప్రవేశించి) ఈపూఁట పంతులుగా రింత తీరికగానున్నారేమి?

వెంగ:-దయచెయ్యండి! యేమి తీరిక, యేమిలోకం! పార్టీలంతా యిప్పుడే బసలకు పోయారు. ఎవరో టీచరువచ్చి, యేదో చెప్పుకుంటుంటే వింటున్నాను. ఏమిటి సమాచారం? కూర్చోండి!

లింగ:-(కూర్చుండి) పుణ్యమూర్తుల పురుషోత్తమరావు పంతులుగారి కొమార్తెను మాపిల్లవాని కిచ్చిన సంగతి మీరెఱిగినదే గదా? వివాహకాలమున నాలుగువేల రూపాయల నగ లుంచినారు. వివాహమై మూడేండ్లు కావచ్చినది. పిల్లను గాఁపురమునకు బంపరు. మానగలు మాకిమ్మన్న మాటాడను మాటాడరు. అసలు రహస్య మేమా? ఆనగలు మనవి కావు. తరువాతఁ జూచుకొంద మని తాకట్టు వస్తువులు తీసి తగిలించినాను. తాకట్టు పెట్టినవా రిపుడు నన్ను తాటించుచున్నారు.

వెంగ:-కార్యంకాగానే చల్లగా సంగ్రహించుకోక పోయారా?

లింగ:-అప్పటి నాయభిప్రాయ మదే. కాని సాగినది కాదు. ఆపిల్ల యేలాగుననో నాయభిప్రాయము కనిపెట్టి అందుల కవకాశము చిక్కనిచ్చినది గాదు. వెంగ:-ఆపిల్ల కిప్పు డెన్నో యేడు?

లింగ:-పదునాఱవ యేఁడు ప్రవేశించినది.

వెంగ:-అయితే, మైనార్టీ వదలలేదన్న మాట. అబ్బాయికో?

లింగ:-పందొమ్మిది.

వెంగ:-సరే, దానికేం, ముందో నోటీసుముక్క వ్రాసి పారేసి అబ్బాయి పేరుతో, తక్షణం తండ్రిమీద దావా దాఖలు వేదాం!

లింగ:-తండ్రిమీఁదనే కాదు. దానినిగూఁడఁ గోర్టునకీడ్చి తెప్పించి నలుగురిలో నగ లూడ దీయించినఁ గాని నా కసి తీఱదు.

వెంగ:-అదెంతపని? పసిపిల్లను నగలతో పరారీ చెయ్యడానికి సిద్ధంగా వున్నారని చెప్పి, యింజక్షను ఆర్డరు పుచ్చుకుని, యిట్టే యీడ్పించుకు రావచ్చును. కోర్టులో మన మాటంటే యిపుడు కోటిరూపాయల క్రింద చెలామణీ అవుతూవుంది.

లింగ:-ఇంకొకటి. మనకు మనోవర్తి బాధ లేకుండా ఈ సంబంధ మింతటితోఁ దప్పిపోవు దారికూడఁ జూడవలెను.

వెంగ:-దాని కేముంది? ప్రతిరాత్రీ మునసబుగారు పేకాటకు మనఇంటికి వస్తూనే వుంటారు. ఇది నా స్వంతవ్యవహారం వంటిదని చెప్పితినా, ఆయన స్వంతకార్యం క్రింద జూస్తారు.

లింగ:-సరే, సాయంకాల మబ్బాయినిఁ గూడఁ దీసికొని వచ్చెదను. మీరు కోర్టునుండి రాఁగానే నోటీసు వ్రాయుఁడు. (అని లేచును.)

వెంగ:-వచ్చేటప్పుడు ఫీ జేమయినా తెచ్చి జమకట్టిస్తారు గాదూ?

లింగ:-అయ్యో, దానికేమీ? ఆమాట మీరు చెప్పవలెనా? (కొంచెము పరిక్రమించి) ప్లీడరింటఁ గాలు పెట్టగానే, ఫీజుగోల సిద్ధము! ఫీజు ముట్టువఱకుఁ ప్లీడరు పిశాచమే!

గీ.రోగి చావనీ, బ్రతుకనీ - రొక్క మెటులో
లాగ జూచును వైద్యుఁడు - లాఘవముగ;
వ్యాజ్యె మోడనీ గెల్వనీ - వాట మెఱిఁగి
పిండుకొనఁ జూచు ప్లీడరు - ఫీజు ముందె!

అష్టమాంకము - రెండవ రంగము

(ప్రదేశము: కమల గది.)కమ:-(నూలు వడుకుచు) కనుకనే పెద్దలు కదురు తిరిగినను, కవ్వము తిరిగినను కాటక ముండదని చెప్పుదురు. సందియ మేమి?

గీ.రాట్నపుఁజక్ర మిటు లహో-రాత్రములును
గాలచక్రంబు కైవడిఁ - గదిలెనేని
విష్ణుచక్రంబువలె క్షామ - విదళనంబు
చేసి, భూచక్ర మెల్లను - జేత నిడదె!

ఎందులకుఁ జెపుమా నాన్నగారు వచ్చుచున్నారు! (అని లేచును.)

పురు:-(కాగితము చేతఁ బట్టుకొని ప్రవేశించి) అమ్మా వియ్యంకుఁడుగారు చివరకు వీధి కెక్కినారు! ఇదిగో నోటీసు.

కమ:-ఏమని?

పురు:-చదివెద వినుము. (అని యిట్లు పఠించును.)

"బి.యే, బి.యల్. హైకోర్టు వకీలు, పెట్టిబుట్టల పెంగళప్పగారి వద్దనుంచి, పుణ్యమూర్తుల పురుషోత్తమరావు పంతులుగారికి, అయ్యా! మా క్లయింటు సింగరాజు బసవరాజుగారికి మీ కొమార్తె కమలను యివ్వడం మూలకంగా వివాహం కాబడ్డట్టున్నూ, వివాహకాలంలో మాక్లయింటు మీపిల్లకు నాలుగువేలు రూపాయల కిమ్మత్తుగల నాడెమైన బంగారం నగలు వుంచబడ్డట్టున్నూ, సదరు నగలను మీరు హరించడం దురుద్దేశ్యంతో, సదరు చిన్నదాన్ని కాపరానికి పంపకుండా వుండబడ్డట్టున్నూ, మీపైన దావా వగైరా చర్య జరిగించేదిగా మాకు సమజాయిషీ యివ్వబడి వున్నారు. ఈ నోటీసు అందిన యిరవైనాలుగు గంటలలోగా, సదరు వస్తువులు సహితం పిల్లను కాపురానికి పంపబడి మావల్ల క్రమమైన రశీదు పొందకుండా వుండబడే యడల, మీ వగైరాలపైన దావా చెయ్యడమే కాకుండా, మీవల్ల యావత్తు ఖర్చులున్నూ రాబట్టుకోబడడం కాబడుతుం దనీ యిందు మూలంగా తెలియశాయడ మైనది. ఈనోటీసు తాలూకు ఖర్చులుగూడా పిల్లతో పంపబడేది. చిత్తగించవలెను.

-పెట్టిబుట్టల పెంగళప్ప. కమ:-సరే, దీనికి సమాధాన మేమియుఁ వ్రాయ వలదు. దావా కూడ దాఖలు కానిండు.

పురు:-అమ్మా! నీ యభిప్రాయ మేమో నాకు బోధపడ లేదు. "నన్నిప్పు డేమియు నడుగ వలదు. సమయము వచ్చినప్పుడు సర్వముఁ దేటపడఁ గల"దని నీవాదిలోఁ జెప్పియుండుటచేత ని న్నేమియు నిరోధించి యడుగ లేదు. కాని, యేమి యపకీర్తి వచ్చునో యను నాందోళనము మాత్రము లేకపోలేదు. అదిగాక,

గీ.పరులకుం దాస్య మొనరించి - పరువు మాలి
బ్రతుకఁ జూచుటకంటెను - బస్తు మేలు!
సరస మెఱుఁగనివారితో - జగడ మాడి
కోర్టు కెక్కుట కంటెను - గొఱత మేలు!

కమ:-అది నిజమే కాని యీవ్యవహార మట్టిది కాదు. దీనికై మీ రించుకయు దిగులు పడవలసిన పనియు లేదు. సర్వము నాకు విడిచిపెట్టి మీరు శాంతమనస్కులరై యుండుడు.

పురు:-సరే కానిమ్ము. నీ మాటయే నాకు నిట్రాట. (నిష్క్రమించును.)

కమ:-(ఆకసమువంకఁ జేతులు జోడించి) ఓ సర్వేశ్వరా!

ఉ.గట్టిగ నిన్నె నమ్మికొని, - కష్టము లోర్చినవారి నేరి, చే
పట్టి, భరించు కేవల కృ-పామయమూర్తి వటంచు నెట్టనం
బట్టితి నీదు పాదములు, - బాలను, బేలను, దీనురాల న
న్నెట్టులు తేల్చెదో! తరుణ - మియ్యదియే సుమి డాయ వచ్చెడున్.

(తెరపడును.) ఇది అష్టమాంకము.

నవమాంకము

(ప్రదేశము: న్యాయస్థానము.)

(ప్రవేశము: న్యాయపీఠమునఁ గూర్చుండి, అభియోగపత్రము చదువుకొనుచు న్యాయాధిపతి, యెదుటఁ గుర్చీలో పెంగళప్ప, అతని వెనుక నిలుచుండి లింగరాజుగారు, బసవరాజు, రెండవపైపునఁ పురుషోత్తమరావుగారు, కమల.) పురు:-(తనలో) నిజమే, కోర్టెక్కుటకంటెఁ గొఱత యెక్కుటే మేలు. చ.మనుజుని ముందట న్మొరడు - మాదిరిగా మనుజుండు నిల్చి, పే ర్మనుజుఁడు బల్ల గ్రుద్దుచును - మాటికి మాటికి నేమి ప్రశ్న వే సినఁ దలయొగ్గి యుత్తరము - చెప్పుచు, నూర్పులు పుచ్చుచుంట కం టెను నవమాన మింకొకటి - నిక్కముగా మహిలోన నున్నదే? సీ.ధనలోభమో, పట్టు-దలయొ, దురాశయో

వేధింప నిలువెల్ల - వెట్టి యెత్తి

కూటసాక్ష్యములను - గూర్చికొని, యిండ్లు

వాకిళ్లు ముదుసళ్ళ - వశ మొనర్చి

బ్రోకర్లు సేయు దు-ర్బోధలు మది నమ్మి

ప్లీడర్లు కోరిన - ఫీజు లిచ్చి

పూఁటకూ ళ్లిండ్ల నూ-డ్పులు నాకి, వారి పం

చల దాటియాకుఁ జా-పలఁ బరుండి

కోర్టె దేవాలయంబుగాఁ - గోర్టు నెదుటి మఱ్ఱులుం గంగరావులె - మంటపాది కములుగా, జడ్జి దైవంబు-గా నిరంత రంబుఁ దిరుగుదు రేమి క-ర్మంబొ ప్రజలు! ఇంతకును- . సీ.కరణము తొలి మలి - కట్నాల క్రింద

కూటసాక్షుల గొఱు-గుడుల క్రింద

వెంటఁ దోడ్తెచ్చు నే-జెంటు కర్చుల క్రింద

ప్లీడర్లు లాగెడు - ఫీజు క్రింద

చల్లఁగాఁ బెరిఁగిన - స్టాంపు డ్యూటీ క్రింద

తెమలని సాక్షి బ-త్తెముల క్రింద

కోర్టు గుమాస్తాల - కొల్పు ముడ్పుల క్రింద

కడ లేనియట్టి న-కళ్ళ క్రింద

రైళ్ళ క్రిందను, కాఫీ హో-టేళ్ళ క్రింద కొంపలుం గోడులును మాపు-కొనుచు, నోడు వాఁడు బయటను, గెలిచిన - వాఁడు లోన నేడ్చుటేగాక, లాభ మిం-తేని గలదె? బస:-(తనలో) పెంపుడుతండ్రి చివరకు నన్నెంత పేలవపఱిచెను? గీ.పెండ్లి కాఁగానె చదువు మా-న్పించెఁ! బ్రజలు కేరడము సేయఁ గోర్టు కె-క్కించె నేఁడు! ధనమె బ్రతుకైన పెంపుడు - తండ్రికంటె సవతి తల్లియె మేలు ని-శ్చయముగాను! న్యాయా:-(కాగితములు బల్లపై నుంచి) వెంగళప్పగారూ! ఈ వ్యవహార మింతవఱకు రావలసినది కాదండీ! ఉభయులకును రాజీ చేయుట యుక్తమని నా యభిప్రాయము. వెంగ:-(లేచి) కోర్టువారల్లా సెలవిస్తే కొంప మునిగిపోతుంది! మాక్లయింటు వంటి మర్యాదస్థుడు మద్రాసులోకూడా లేడండి. ఆయన పెళ్ళికి అయిదువేల అయిదువందల కరుకులు కట్నం యిచ్చారు! లింగ:-(వెనుకనుండి మెల్లఁగా) అయ్యయ్యో! ఆసంగతి మన మొప్పుకొనఁగూడ దయ్యా బాబూ! ఆయనతండ్రికని దిద్దుకోండి! వెంగ:-అన్నట్టు పొరపాటు మనవిచేసాను. ఆయనకుగాదు కట్నం ఆయన కొడుక్కు. కాదు, కాదు తండ్రికి! ఆయన తండ్రి లక్షాధికారండి. మూడు పెళ్ళిళ్ళయినాయి. ముప్పయి వేలు కట్నాలు వచ్చాయి! మ్యునిసిపల్ మెంబరీకోసం మూడుసార్లు స్టాండైనారు. న్యాయా:-(నవ్వి) ఆయనచరిత్ర యిప్పు డవసరము లేదు కాని, రాజీ మాట రవంత ఆలోచింపుఁడు! వెంగ:-ఈ విషయంలో యీశ్వరుడు చెప్పినా మాక్లయింటు వినడండి. దావా మాపక్షం కావడానికి పట్టెడు రికార్డుంది. బోలెడు సాక్ష్యం వుంది. అలహాబాదు ట్వంటీత్రీలో అత్తవారు పెట్టిన నగలు హరించకూడదని అయిదు పేజీలు వ్రాశాడు! కలకట్టా ట్వంటీఫోర్‌లో పిల్లను కాపరానికి పంపితీరాలని వుంది! న్యాయా:-మీతీర్పులన్నియుఁ దీరిక సమయమునఁ జూచెదను! ఏమి లింగరాజుగారూ! మీ అబ్బాయిని మీ రొప్పింపలేరా? లింగ:-చిత్తము చిత్తము. కోర్టువారి చిత్తమట్లున్నప్పుడు

కోటిరూపాయలు వోయినఁ బోవుగాక! మానగలు మాకిచ్చి, మా ఖర్చులు మాకిచ్చి, వారికిని మాకును సంబంధములేకుండఁ జేసికొనుటకు వా రిష్టపడిన యెడల, మా అబ్బాయిని నే నొప్పించెద. న్యాయా:-(పక్కున నవ్వి) ఏమీ, కోడ లేల పనికి రాదు!లింగ:-ఆపిల్ల మాయింట నణకువతోఁ గాఁపురము సేయదదండి. న్యాయా:-ఏమి పురుషోత్తమరావుగారూ! అమ్మాయికి నచ్చఁజెప్పి అత్తవారి యిష్టానుసారముగ నడచుకొనునట్లు చేయలేరా? పురు:-అయ్యా! నే నసహాయవాదిని. అందువల్ల మీ ప్రశ్నమున కుత్తర మొసంగుటకు నా కవకాశము లేదు. న్యాయా:-న్యాయాధిపతిగాఁ గాక గృహస్థుఁడుగా నడుగుచున్నాను. పురు:-ఇది న్యాయస్థానము కాని, తమ గృహము కాదు. న్యాయా:-అట్లయిన నీ వ్యవహారమిఁక నిరుపక్షములకు అనుకూలముగా నిర్వర్తించుట కవకాశము లేదన్న మాటయే! వెంగ:-ఆ సంగతి నే నాదిలోనే మనవి చేశాను. కమ:-(తనలో) మ.మనమా! జంకకు, ధైర్యమా! చెడకుమీ, - మానంబ! నీమాన శో ధనకాలంబిదె, దైవమా! యిపుడె చెం-తంజేరి సాయంబు స ల్పి ననుం దేల్చు ముహూర్తమిత్తఱిని ద-ల్లీ! భారతీ నాదు వా క్కున నిల్వంబడు మక్కరో! కదిసి, నా-కుం దోడుగా నుండుమీ! న్యాయా:-అందుచేతనె మీరు వకీలును బెట్టుకొనలే దన్నమాట. కమ:-(కొంచెము ముందునకు వచ్చి) అయ్యా! తామధిష్ఠించినది ధర్మపీఠము, తాము ధర్మదేవతకుఁ బ్రతినిధులరు. తమ కాఁడుబిడ్డ యున్నయెడల నా బిడ్డయె యీబిడ్డ యనుకొని తమ సన్నిధానమున ధర్మము విన్నవించుకొనుటకు నా కనుజ్ఞ దయచేయుఁడు! వెంగ:-(చివాలున లేచి) నో! నో! నో! ఆ చిన్నది మాట్లాడడము అశాస్త్రీయం. అందుకు లా యెంతమాత్రం వప్పదు. ఏదీ సివిల్ ప్రొసీజరుకోడ్డెక్కడుంది. (అని బల్లమీద వెదకును.)న్యాయా:-ఏమీ? ఏల మాటాడఁగూడదు? వెంగ:-ఆపిల్లకు మైనార్టీ వెళ్ళలేదండి. మైనార్టీ వెళ్ళనివాళ్ళు మాట్లాడగూడదని బోలెడు బొంబాయితీర్పులున్నాయి. కమ:-అయ్యా! చట్టము వేఱు, సందర్భము వేఱు, సందర్భములను బట్టి చట్టములు మాఱునుగాని, చట్టములనుబట్టి సందర్భములు మాఱవు. నాతండ్రిగా రసహాయవాదులు. నాకు వకీలును బెట్టుకొనుట కవకాశము లేదు. చట్టమునందుఁ జెప్పఁబడిన యీడు రాకపోయినను స్వవిషయమును సమర్థించుకొనుటకుఁ జాలిన జ్ఞానమును సర్వేశ్వరుఁడు నాకుఁ బ్రసాదించినాఁడు. ఇట్టి స్థితిలో, నామాట వినకుండుట నా కన్యాయము చేయుటకాదా? న్యాయా:-చెప్పమ్మా, చెప్పు. నీవు చెప్పిన మాటలు రికార్డు చేయఁగూడ దనవచ్చును గాని, నన్ను వినఁగూడ దనుటకు వీ రెవరు? కమ:-చిత్తము, చిత్తము. దావా సారాంశములు రెండు. మొదటిది నా తలిదండ్రులు నా నగలు హరింపఁ దలఁచినారని. రెండవది అందులకై వారు నన్నుఁ గాపురమునకుఁ బంపలేదని. (నగలు మూట తీసి) ఇవిగో వారిడిన వస్తువులు. వీనిని వారు వివాహ కాలమున నాకు బహూకరించినారు. బహూకరించిన వస్తువులు దిరుగఁ బరిగ్రహించుటకు దాతకు హక్కులేదు. వెంగ:-కావలసినంత హక్కుంది. కలకత్తా తీర్పులు లక్ష చూపిస్తాను. ఏదీ నంబరు యైట్ వాల్యూము. (అని వెదుకును.) న్యాయా:-ఆఁగవయ్యా నీ యల్లలాట కాల! అమ్మాయి, రెండవ సారాంశమును

గూర్చి యేమి చెప్పెదవు? కమ:-ఇదియే తా మించుక శ్రద్ధతో వినవలసిన విషయము. నాభర్త నాయింటికి వచ్చి, నా ఆజ్ఞానుసారము నడచుకొనవలసి యున్నదిగాని, ఆయన యింటికి నన్ను రప్పించుకొనుట కాయన కావంతయు నధికారము లేదు. వెంగ:-కావలసినంత అధికారం వుంది. కలకత్తా ట్వంటీ సిక్సులో కాళ్లూ, చేతులూ కట్టి తీసుకుపోవచ్చునని కూడా వుంది. న్యాయా:-అబ్బబ్బా! నీవాఁగవయ్యా! ఎందుల కధికారము లేదమ్మా? కమ:-ఆయనను, మేము వేలములో అయిదువేల యైదువందల రూపాయలకుఁ గొన్నాము. న్యాయా:-(ఆశ్చర్యముతో) అ దెట్లు? కమ:-నాకుఁ గాళింది యను నక్కగా రుండెడిది. ఆమెకై మాతండ్రిగారీ సంబంధము కొఱకు యత్నించుతఱి మున్నంగివారు పోటీకి వచ్చినారు. అప్పుడు పెండ్లికొమరుని వేలము జరిగి, ఆ వేలములో అయిదువేల అయిదువందలకు మా సొత్తయినారు. లింగ:-అయ్యా! వట్టిది వట్టిది! అట్టిదేమియు జరుగలేదు! (వెంగళప్పను చఱచి) నీబొడ్డు పొక్క! నిజముకాదని చెప్పవేమయ్యా! వెంగ:-(ఉలిక్కిపడి లేచి) అయ్యా! అయ్యా! అంతా అబద్ధమండి. కావలిస్తే మాక్లయింటు గంగలోదిగి ప్రమాణం చేస్తాడు. కమ:-(రెండు కాగితములు తీసి) అయ్యా! ఇదిగో యిది మొదటి అగ్రిమెంటు. ఇది సొమ్ము ముట్టినప్పటి రసీదు. (అని యిచ్చును.) న్యాయా:-(చదివి) ఏమయ్యా! ఈ రశీదులు మీ రిచ్చినవేనా? లింగ:-(గొల్లున) కావు! మహాప్రభో! కావు! కల్పించినారు. వెంగ:-నిశ్చయముగా ఫోర్జరీ అండి! నిలువునా ఫోర్జరీ! ఇండియన్ పీనల్ కోడ్డు నాలుగువందల అరవయ్యేడో శెక్షను ప్రకారం ఆపిల్లమీద ప్రాసిక్యూషనుకు ఆర్డరు దయచేయించక తప్పదు. న్యాయా:-అయితే, అమ్మాయి! అగ్రిమెంటు ప్రకారము ఆసంబంధము మీయక్క కేల జరుగలేదు? కమ:-కొని తెచ్చిన వరుని బెండ్లియాడుట గౌరవహీనమని మాయక్క బావిలోఁ బడి మరణించినది. ఇదిగో యీ పత్రికఁ జిత్తగించినచో దమ కీ యంశము విశదము కాగలదు. (అని పత్రిక యిచ్చును.) న్యాయా:-(చదివి) హరహరా! యెంతపని జరిగినది. ఆ కారణముచే ఆ చిన్నవానికి నిన్నుఁ జేసినా రన్నమాట. కమ:-చేయక తప్పినది కాదు. చేఁజిక్కిన సొమ్ము మరల చేపుటకు వారు నిరాకరించినందున ఆక్రయము నాక్రింద మార్చవలసి వచ్చింది. లింగ:-అయ్యా! వాదము నిమిత్తము, వారు సొమ్మిచ్చినట్లే నిశ్చయింపుఁడు. అయిన నది కట్నమగును గాని, క్రయధన మెట్లగును? కమ:-కట్నమునకును, గ్రయధనమునకును గాసింతయు బేధము లేదు. ఉన్న దన్నను కట్నములు వివాహకాలమున నిచ్చుట కలదు గాని, వేలము, బజానా, అగ్రిమెంటు, ముందు చెల్లించుట ఇట్టి యాచార మెచ్చటను లేదు. అందువల్ల నిది క్రయధన మగుట కాక్షేప యేమియు లేదు. అది యటుండనిండు. శుభలేఖలలో సర్వత్ర "వారి కుమారునకు వీరి కొమార్తెనిచ్చి" అని కదా యుండును? వీనినిం జిత్తగింపుఁడు. (అని రెండు శుభలేఖ లిచ్చును.) న్యాయా:-(ఒక శుభలేఖ నెత్తి) "నాకొమార్తె చి॥ సౌ॥ కమలకు బ్రహ్మశ్రీ సింగరాజు లింగరాజుగారి కుమారుడు బసవరాజు నిచ్చి" (అని పఠించి, పక్కున నవ్వి) ఇది పురుషోత్తమరావుగారి శుభలేఖ. లింగరాజుగారి శుభలేఖలో నెట్లున్నదో (అని రెండవ దాని నెత్తి) "నా కుమారుడు చి॥ బసవరాజును బ్రహ్మశ్రీ పుణ్యమూర్తుల పురుషోత్తమరావు

పంతులుగారి కొమార్తె చి॥ సౌ॥కమలకు ఇచ్చి" సరే యిక నేమి స్పష్టముగానే యున్నదే! ఏమి లింగరాజుగారూ! మీకుమారు నామె కిచ్చివేసినట్లు మీరొప్పుకొనియే యున్నారే? లింగ:-అయ్యా! అన్యాయ మన్యాయము. మీ శుభలేఖలతో పాటు మాకుఁ గూడాఁ గొన్ని యచ్చువేయించి పెట్టుఁడని బుద్ధి గడ్డితిని పురుషోత్తమరావుగారిని కోరగా యీ ద్రోహ మాయన చేసినారు. పెంగ:-ఇదో ఫోర్జరీ. ఇందుకోసం యీయనమీద కూడా ప్రాసిక్యూషనుకు ఆర్డరు దయచేయించాలి. ఇక వూరుకోవడానికి వీల్లేదు. కమ:-అయ్యా! ఆయన నేమియు యెఱుఁగరు. నాకుఁగల హక్కును బట్టియుఁ న్యాయమును బట్టియు నేనే యీవిధముగా మార్చినాను. అందులకు వా రప్పుడేమియు నభ్యంతరము చెప్పి యుండలేదు. తామీ సందర్భములన్నియుఁ జక్కఁగా నాలోచించి, నాపై నాభర్తకే యధికారము కలదో, నాభర్తపై నాకే యధికారము కలదో, నిర్ణయింపుడు. బస:-(తనలో) నా యవజ్ఞచేతనే యీవ్యవహార మింతవఱకు వచ్చినది. ఇంకను నేనిట్లు మొరడునై యుండఁ దగునా? చ.పరువు నశించెఁ! బండితులు - బామరులు న్విని, యింటనింట నా చరితమె చెప్పుకొంచు నెక - చక్కెములాడు నవస్థ పట్టె! ము ష్కరమునఁ దండ్రి కిప్పటికిఁ - గల్గక పోయె నుదారబుద్ధి! యీ తరుణమునందు మూకుని వి-ధంబున నుండుట నాకుఁ బాడియే! గీ.ఆమె చెప్పినదెల్ల య-థార్థ; మీతఁ డాచరించిన దెల్ల నా - యాత్మ యెఱుఁగు; నిట్టిచో న్యాయమున కేను - గట్టువడక యున్న దేవుఁడు ననుఁ జూచి - యోర్చువాఁడె. న్యాయా:-ఏమి పెంగళప్పగారూ! మీరేమి చెప్పెదరు? బస:-(అంతలో ముందునకు వచ్చి) అయ్యా! యిప్పుడు మాటాడవలసినవాఁడను నేను గాని, ఆయన గాదు. ఈ దావాకు సంబంధించిన కాగితములపై నేను సంతకములు చేసినది, నా తండ్రి బలవంతమున గాని, నా స్వబుద్ధిచేఁ గాదు. అందువల్ల నా దావాను నేను రద్దు చేసికొనుచున్నాను. ఆచిన్నది చెప్పిన మాటలలో నణువంతయు నసత్యము లేదు; నా తండ్రి మాటలలో నలుసంతయు నిజములేదు. ఈ వ్యవహా రములో నాతండ్రి చేసిన దుస్తంత్రము లన్నియు నిచ్చట వెల్లడించుట నా కిష్టము లేదు. పెక్కు మాటలేల? ఉ.అమ్మె నన్ను నాజనకుఁ డా-యన నన్గొనె రొక్కమిచ్చి; యీ కొమ్మకు నేను భృత్యుఁడను, - గొంకక యేపని సేయు మన్న ని క్కమ్ముగఁ జేయువాఁడ, నిటు - కట్నములం గొనువారు యీఢిగా నమ్ముడు కాండ్రె కాక, మగ-లంటకు నర్హులు కారు లేశమున్. న్యాయా:-సెబాసు, నాయనా సెబాసు! చెప్పవలసిన రీతిగఁ జెప్పితివి! కాని, చెప్పినది చెప్పినట్లు చేయుటగూడ జరిగెనేని, లోకమున కొక శ్రేష్ఠమైన పాఠము నేర్పినవాఁడ వగుదువు. బస:-అయ్యా! తమకా సందేహమేల? (అని కమలవంకకు నడచును.) లింగ:-(ఆవేదనతో) ఆఁ; ఆఁ; ఆఁ; ఓరి నిర్భాగ్యుఁడా! నిర్భాగ్యుఁడా, నీకేమి వినాశకాలమురా యిది. అయ్యో! అయ్యో! ఇంకేమున్న దింకేమున్నది? (అని గుండె బాదుకొనును.) బస:-(తిరిగి చూడకయె కమలను సమీపించి) ఓ సుగుణవతీ! చ.ధనమె గణించి, నీ యెడల - దారుణవృత్తి మెలంగి యుండె మ జ్జనకుఁడు, దాని నించుకయు - స్వాంతనమునం దిడఁబోక నన్ను దా సునిగ గ్రహించి యిష్ట మగు - చొప్పున నానతుఁ లిమ్ము నీవు చె ప్పిన పని చేయు దెల్లపుడు - భృత్యుఁడనై పడియుందు నీకడన్.

కమ:-(మందహాసముతో) ఇదిగో, యీ నగలమూటయు, నీ కాగితముల కట్టయుఁ బట్టికొని నావెంట రండు. ఇరువురమును గలిసి యీ వరవిక్రయ దురాచారమును రూపుమాపుటకై పాటుపడుదము. (అని మూటయుఁ గట్టయు నిచ్చును.) బస:-(తీసికొని, తలపై నిడుకొనును.) లింగ:-ఓరి నీచుఁడా! చివర కెంత నైచ్యమునకు సిద్ధపడితివిరా! ఇదిగో, నాయాస్తినుండి నీకు నలుసంత ముట్టనిచ్చితినా, నామెడలోనిది యజ్ఞోపవీతము కాదు.(అని చనుచుండఁ దెరపడును.)

ఇది నవమాంకము.

దశమాంకము

(ప్రదేశము: రాజవీధి.)

(ప్రవేశము: పురుషోత్తమరావుగారు, బసవరాజు, భ్రమరాంబ, కమల.) పురు:- సీ.కొసరి కట్నము లందు-కొంటయే గౌరవ

మని తలపోసెడి - యజ్ఞులార!

వచ్చి ముద్దుగఁ బిల్ల - నిచ్చెద మనఁ గట్న

ములకు బేరములాడు - మూర్ఖులార!

అబ్బాయి పెండ్లితో - నప్పు సప్పులు తీర్చి

నిలువ సేయఁగ జూచు - నీచులార!

ముడుపులు గొనితెచ్చి - ముంగల నిడుదాఁక

పల్లకి యెత్తని - పశువులార!

ఏమి యన్యాయ మిది! పూర్వ - మెన్నఁడేని వరుల నిటు విక్రయించిన - వారు గలరె? పూజ్యతరమైన మన పుణ్య-భూమియందుఁ గటకటా! నరమాంస వి-క్రయము తగునె! బస:- సీ.కట్నాలకై పుస్త-కములు చేఁ గొని, పాఠ

శాలల కేగెడు - చవటలార!

పిలిచి కాళ్ళు కడిగి - పిల్ల నిచ్చిన వారి

కొంప లమ్మించెడి - కుమతులార!

అల్క పాన్పుల నెక్కి - యవి యివి కావలె

నని శివమాడెడి - యధములార!

ఎంత పెట్టినఁ దిని - యెప్పటి కప్పుడు నిష్ఠురోక్తులె పల్కు - నీచులార!

కట్న మనుపేర నొక చిల్లి గవ్వఁ గొనిన భార్య కమ్ముడువోయిన బంటు లగుచు జన్మదాస్యంబు సలుపుఁడు సలుపకున్న నత్తవారింటఁ గుక్కలై యవతరింత్రు. భ్రమ:- సీ.మగబిడ్డ పుట్టిన మఱునాఁడె మొదలు శు

ల్కమువలె లెక్కించు రాకాసులార!

మర్యాదకై చూచు - మరల గట్నాలకై

రేపవల్ వేధించు తేచులార!

అయిదు ప్రొద్దుల రాణు లై, చీటికిని మాటి

కలిగి కూర్చుండు గ య్యాళులార!

లాంఛనంబుల పేర లక్ష చెప్పుచు నిల్లు

గుల్ల సేయు దరిద్ర గొట్టులార!

ఆఁడుపుట్టువు పుట్టరే? ఆఁడువారి నిట్టు లవమానపఱచుట కించుకేని సిగ్గు పడకుండఁ దగునె! ఛీ, ఛీ, ధనంబె పావనంబుగఁ జూచుట పరువె మురువె. కమల:- సీ.వెల పుచ్చుకొని వచ్చు వెడఁగులచేఁ బుస్తె

కట్టించుకొనియెడు కన్నెలార!

కట్నాల మగలతోఁ గలసి పల్లకిలోనఁ

గూరుచుండెడు పెండ్లికూతులార!

కోరిన వెల యిచ్చి కొని తెచ్చుకొన్న దా

సులకు దాస్యము సేయు సుదతులార!

మీ వివాహములకై మీవారు ఋణముల

పా లౌట గని యోర్చు పడఁతులార!

ఎంచిచూడఁగ స్త్రీజాతి కింతకన్న గౌరవము లేని పని యొండు కలదె? చాలుఁ జాలు నిఁక నైన బౌరుష జ్ఞానములను గలిగి మెలఁగుడు సత్కీర్తిఁ గనుఁడు వినుఁడు. ఒక బ్రాహ్మణుడు:-(ప్రవేశించి) అయ్యా! కట్నపు సొమ్ముకంటె కాలకూట విషము మేలు. దానివల్లనే నాకీ దరిద్రయోగము పట్టినది. సీ.తగిన బేరము వచ్చు దాఁక నబ్బాయిని

పాఠశాలకు తన్ని పంపినాను

పోటీలపై వెల పొసఁగించి నాలుగు

సంచుల వఱకు కక్కించినాను

మాటిమాటికిని బోట్లాటకు సిద్ధమై

లాంఛనాలని వేయి లాగినాను

అద్దెల కీవచ్చునని యున్న సొమ్మెల్ల

పెట్టి పెంకుటియిల్లు కట్టినాను

ఇల్లు కాలిపోయె నింటిది చనిపోయె పిల్లవాఁడు పెట్టి పీనుఁ గాయె కోడ లొకనిఁ దగులుకొని లేచియే పోయె నాకు ముష్టిచెంబె లోక మాయె. (నిష్క్రమించును.) ఒక అమ్మ:-(ప్రవేశించి) అయ్యా! నా సొద కొం తాలకించండి. సీ.వొడ్డికి వొడ్డీల వొంతున పెంచేసి

మంచి మాన్నాలు గడించినాను

పది పుట్ల బూఁవితో పండంటి బిడ్డ నో

యెదవ కుక్కలకొడు క్కిచ్చినాను

అలక పానుపుకాడ అవలైన శంగలి

బీ డాడి కడుపునఁ పెట్టినాను

అన్ని తిన్న యెదవ అమ్మాయి నొదిలేసి

యింకోర్తి పక్కలో యిఁవిడినాఁడు

నాకు కూడు లేదు నాబిడ్డ కిప్పుడు కూడు, గుడ్డ, కొంప కూడ లేవు అయిన పెల్ల సేర్చి అల్లుడోళ్ళకు పెట్టు కమ్మ సచ్చినోళ్ళ కర్మ మింతె. (నిష్క్రమించును.) ఒక సెట్టి:-(ప్రవేశించి) నా కత గూడా సెబుతాను నవ్వకండేం. సీ.పెసలలో, నోళ్లలో, బెడ్డలు కలిపివేసి

పెజల నెత్తులు గొట్టి పెంచినాను

మేనల్లు డింట్లోను మిడుకుతుంటే పిల్ల

నింకోరి సిన్నోడి కిచ్చినాను

గల్లున పదివేలు పళ్ళెఁవులో పోసి

సకల మరేదలూ జరిపినాను

గుంటూరు మేళఁవూ గూడూరి సుందరి

పీకపాటా పిలి పించినాను

అయిదు రోజులు జుట్టిప్పు కాడినాను తెలక రెండు దివాలాలు తీసినాను యెల్లి యిరసాలుమెంటు కోర్టెక్కినాను వచ్చి పెసరట్ల జంగిడి పట్టినాను. (నిష్క్రమించును.) లింగ:-(చటాలున ప్రవేశించి) బావగారు! చివరకు, పందిని బొడిచి బం టని పించుకొన్నారు! మీ ప్రబోధము వినుచుఁ, బ్రచ్ఛన్నముగా నేనును మీవెనుకనే వచ్చుచున్నాను. ప్రజలలో మిమ్ము‌ను, మీ కొమార్తెను, మీ యల్లునిఁ బ్రశంసింపని వారును, నన్నును నా భాగ్యమును బరిహసింపని వారును లేరు. సీ.కట్టక ముట్టక - కడుపున కేనియుఁ

గుడువక యొక కొంత - కూర్చినాను!

వడ్డికి వడ్డీల - వంతునఁ బొడిగించి పెనకువపైఁ గొంత - పెంచినాను! పద్దులు పత్రముల్ - దిద్ది, దీపము లార్పి

వంచించి కొంత గ-డించినాను!

కా యమ్మి కసరమ్మి - కడు గమ్మి, వో ట్లమ్మి

చిల్లరగాఁ గొంత - చేర్చినాను!

అతిథి, చుట్టము, గురువును, - యాచకుండు, దేవుఁ డను మాట లేక వ-ర్తించినాను! కడకుఁ గట్నంబునకు గడ్డి - కఱచినాను! కలఁడె నావంటి ఖలుఁడు లో-కంబునందు? పురు:-బావగారు! గతజల సేతుబంధనమువల్లఁ గార్య మేమున్నది? ప్రస్తుతము తాము దయచేసిన పనియేమో సెలవిండు? లింగ:-ఇఁక నాకేమి పని యున్నది? అబ్బాయినిఁ, గోడలిని యింటికిఁ దోడుకొనిపోయి యాస్తి యంతయు వారివశము చేసి, హాయిగా మీతో హరినామస్మరణ చేసికొనుచుఁ గూర్చుండవలె

నని వచ్చినాను. పురు:-ఈ మాటలు మీరు మనస్ఫూర్తిగా నన్నవేనా? లింగ:-సందియ మేమి? నాకోడలిని సమాధానపఱిచి, నాకుమారుని మరల నావానిఁగ జేసికొనకున్న, రేపు వాఁడు నాకుఁ గర్మ చేయుటకు గాని, వాఁడు చేసిన కర్మ నాకు ముట్టుటకుఁ గాని యవకాశ మెక్కడిది? అప్పు డాలోచనము లేక పాడుకట్నము కొఱ కన్నిపాట్లు పడినాను! ఆ పాపమును బరిహరించుకొను వఱకును నా యంతరాత్మకు శాంతి కలుగదు!

పురు:-అట్లయిన మీ యిష్టానుసారమే యగుఁగాక! మన మందఱమును గలిసి యొకసారి మంగళాశాసనము కావించి పోవుదము.

(పురు)సీ.ఆడుబిడ్డల వివా-హములకై తండ్రులు

పడు బాము లెల్లను - బాయుఁ గాక!

(లింగ) కట్నాల కోసము - గడ్డి కఱచువారి

కెల్ల నా పాట్లె ఘ-టిల్లుఁ గాక!

(బస) పణములు గొనువారు - భార్యల కేప్రొద్దు

నూడిగంబులు సేయు-చుండ్రు గాక!

(కమ) వెలమగల్ మెడల బు-స్తెలు కట్టు దౌర్భాగ్య

దశ కన్నియల కింకఁ - దప్పుఁ గాక!

(భ్రమ) కట్నముల నందుకొంటయే - గౌరవ మను

వెడఁగుదన మాఁడువారిని - వీడుఁ గాక!

(అందఱు) ఉర్వి నన్నిటఁ గాళింది - కుద్ధియైన

వెలదులే యెప్పుడు బ్రభ-వింత్రు గాక!

సంపూర్ణము

****

వరవిక్రయము	కాళ్ళకూరి నారాయణరావు

Made in the USA
Monee, IL
22 August 2025

23935691R00056